ஓர் ஆதிவாசியின் தியாகம்

ஆதிக் குடிகளின் அன்றாடப் பாடுகள்

குறிஞ்சி செல்வர்

கொ.மா.கோதண்டம்

டிஸ்கவரி பப்ளிகேஷன்ஸ்

எண்: 9, பிளாட் எண்: 1080A, ரோஹிணி பிளாட்ஸ்,
முனுசாமி சாலை, கே.கே.நகர் மேற்கு,
சென்னை – 600 078. பேச: 99404 46650

வெளியீட்டு எண்: 0254

ஓர் ஆதிவாசியின் தியாகம் (சிறுகதைகள்),
ஆசிரியர்: கொ.மா.கோதண்டம்©
Oor aadhivaasiyin thiyaagam (short Stories),
Author: **K.M. Kothandam**©
Print in India
1st Short Edition: Apr - 2023
2nd Short Edition: Nov - 2023
ISBN : 978-93-95285-65-0
Pages - 88
Rs - 120

Publisher • *Sales Rights*

Discovery Publications	**Discovery Book Palace (P) Ltd**
No. 9, Plot,1080A, Rohini Flats, Munusamy Salai, K.K.Nagar West, Chennai - 78. Tamilnadu, India. Mobile: +91 99404 46650	No. 1055-B, Munusamy Salai, K.K.Nagar West, Chennai-600 078. Ph: (044) 4855 7525 Mobile: +91 87545 07070

discoverybookpalace@gmail.com
WWW.DISCOVERYBOOKPALACE.COM

இந்த நூலில் பிரசுரமாகியுள்ள எந்த ஒரு பகுதியையும் பதிப்பாளரின் எழுத்துபூர்வமான முன்அனுமதி பெறாமல் எடுத்தாள்வதோ, மறுபிரசுரம் செய்வதோ, மொழியாக்கம் செய்வதோ, அச்சு மற்றும் மின்னணு ஊடகங்களில் மறுபதிப்பு செய்வதோ, காப்புரிமைச் சட்டப்படி தடை செய்யப்பட்டுள்ளது. இந்த நூலிலிருந்து குறிப்பிட்ட பகுதிகளை மேற்கோள் காட்டி புத்தக விமர்சனம் செய்ய, ஊடகங்களுக்கு மட்டும் அனுமதி உண்டு.

உங்கள் மொபைல் போனிலிருந்து ஸ்கேன் செய்து டிஸ்கவரி புக் பேலஸின் மொபைல் ஆப்பை டவுன்லோடு செய்து, புத்தகங்களை வாங்குங்கள்.

பொருளடக்கம்

1. ஓர் ஆதிவாசியின் தியாகம்	11
2. பசி	25
3. புலர்விடியல்	30
4. பசி போக்கியதற்குப் பரிசு	36
5. பூங் கூவைக் கரம்பிடிக்க	42
6. குற்றவாளியை மன்னித்த ஆதிவாசிகள்	48
7. கூந்தம்மை தோண்டிய போது...	54
8. மொக்கையன் செய்த உதவி	60
9. பாய்ந்து வந்த ஓநாய்	65
10. ராஜநாகமும் எறும்புதின்னியும்	70
11. மண்டையன் மொட்டச்சி புதுமைத் திருமணம்	77
12. தீர்த்து வைத்த பிரச்சினைகள்	83

முன்னுரை

வனங்கள், மலைவாழ் மக்கள், இவற்றில் ஈடுபாடு கொண்டு சிவசைலம் முதல் கொடைக்கானல் வரை அனைத்து ஊர்களுக்கும் சென்று அடிவாரம் முதல் உச்சிமலை வரை ஏறி அடுத்தடுத்த மலைகளில் ஏறி இறங்கி ஆங்காங்கு வாழும் மலை மக்கள் குச்சில்களில் தங்கி அவர்களுடன் மலைகளில் சுற்றித் தாவரங்கள், விலங்குகள், பறவைகள் பற்றி நான் எழுதிய கதைகள் குறிப்பாக மலைவாழ் மக்கள் பற்றிய கதைகள் முன்பே சில நூல்களாக வந்துள்ளன.

இதழ்களில் வந்த (தாமரை, செம்மலர், தீபம்) கதைகளை அப்போது எங்கள் பகுதி எம்.எல்.ஏ - வாக இருந்த K.சுப்பு அவர்கள் எடுத்துச்சென்று அப்போது கலைஞர் ஆட்சியில் இத்துறை அமைச்சராக இருந்த சத்தியவாணிமுத்து அம்மையாரிடம் தந்து அவர் படித்து உடனே மாவட்ட ஆட்சித் தலைவரிடம் கூற ஸ்ரீவில்லிபுத்தூர் செண்பகத்தோப்பு பகுதி மலைமக்களுக்கு 32 வீடுகள் கட்டித்தரப்பட்டன.

உடன் நான் கலைஞருக்கு எழுதி இராஜபாளையம் அய்யனார் கோயில் மலைவாசிகளுக்கு வீடுகள் கட்டித்தர வேண்டும் என்று எழுதி என் நூல்களையும் அனுப்பினேன்.

முதலமைச்சர், மாவட்ட ஆட்சித் தலைவரிடம் கூற அவர் என்னை வந்து பார்த்து, அய்யனார் கோயில் பகுதிக்குச் சென்று காட்டினேன். அங்கு 20 வீடுகள் கட்டித்தரப்பட்டன.

இந்திய அளவில் கே.ஏ. அப்பாஸ் எழுதிய 'இரு துளி நீர்' என்ற நாவல் பிரதமர் நேருவுக்கு அனுப்ப அவர் படித்துவிட்டு பாலைவனத்து கிராமங்களில் வாழும் மக்கள் தண்ணீர் எடுத்து (10 மைல் தாண்டி) வர ஒரு ஆண் பத்து பெண்களை மணந்து கொள்வானாம். அணைக்கட்டிலிருந்து கால்வாய் வெட்டித்தர ஆணையிட்டார். தமிழகத்தில் எனது நூல்கள் இரண்டு ஊர்களில் வாழும் ஆதிவாசி மக்களுக்கு வீடுகள் கட்டித்தர உதவிச் செய்தது.

என் சிறுவர் இலக்கியக் கதைகளில் நீலன் என்ற ஆதிவாசி சிறுவன் அவனுக்கு வாசகச் சிறுவர்கள் நீலன் ரசிகர்கள் சங்கங்கள் அமைத்தனர் (இது தமிழ்வாணன் கதாப்பாத்திரங்களுக்கு அடுத்து) எனது கதாபாத்திரத்துக்குக் கிடைத்தப் பெருமை என்று பல இலக்கியவாதிகள் பாராட்டினார்கள்.

எனது சிறுவர் நூலுக்குச் சுட்டி விகடனில் மதிப்புரை எழுதிய இறையன்பு அவர்கள் "இந்த அளவுக்கு இவர் தவிர யாரும் எழுதவில்லை" என எழுதினார். பல பகுதி மலைவாழ் மக்கள் மின்சாரம், சாலை வசதி, பஸ், ரயில், பெரும் அடுக்குமாடி கட்டிடங்கள், கடல் எதையும் பார்த்து அறியாதவர்கள்.

கிழங்கு, கீரை, தேன், காய்கனி இவைகள் மட்டுமே உணவாக உண்பவர்கள். இரண்டு மூன்று நாட்கள் ஏதும் கிடைக்காமல் பட்டினியாகவும் இருப்பார்கள். அதைப் பெரிதாக எண்ணி வருத்தப்படவும் மாட்டார்கள்.

அன்பு, ஒற்றுமை, பண்பாடு இவைகளோடு வாழ்பவர்கள் சண்டை சச்சரவு எதுவும் இல்லாதவர்கள். எந்த நேரமும் மகிழ்ச்சியாக இருப்பார்கள். ஆடல் பாடலுடன் வாழ்கிறார்கள்.

கேரளப் பகுதி அடர் மலைகளில் மேலாடை இன்றியே பெண்கள் இருக்கின்றனர்.

தோள் சீலைப் போராட்டம் நடந்த பகுதிகள் தானே. ஒரு நாட்டுக்கு மூன்றில் ஒரு பங்கு வனங்கள் இருந்தால்தான் வளம் தரும் நாடாக இருக்க முடியுமாம்.

நமது மக்கள் வனங்களில் தேக்கு, சந்தன மரங்களை திருட்டுத்தனமாக வெட்டி எடுக்கிறார்கள்.

எத்தனையோ மரங்களைச் சதுரிச்சிச் தூக்கி வருபவர்களை நான் கண்டிருக்கிறேன். ஏதும் செய்ய முடியாத சூழ்நிலையில் செம்மரக்கட்டை கிலோ ஆயிரம் ரூபாயாம். ஒரு மரம் நூறு கிலோ ஒரு இலட்ட ரூபாயாம். சந்தன மரம் இதைவிட மிக அதிக விலை பல வனங்களில் சந்தன மரங்களே காணாமல் போய்விட்டன.

தற்போது மலைவாசிகள் இப்படியான திருட்டுக்களைத் தடுக்க பாடுபடுகிறார்கள்.

ஓர் ஆதிவாசிப் பெண் பாடினாள்,

"காட்டை அழிப்பவனை
காவு கொண்டு போகாதோ"

தற்போது வனத்தில் திருட்டுக்கள் குறைந்து வருகின்றன. மலைவாசிகளில் எத்தனையோ பிரிவுகள்.

தேனி பகுதி மலைப்பகுதி ஒன்றில் முதுவர் என்ற இனத்தர் வாழ்கிறார்கள். பாண்டிய மன்னன் வாரிசுகளாம். கோவலன் கொலையுண்டதும் கண்ணகி கோபத்தில் வாதாட உணர்ந்த பாண்டிய மன்னன் கீழே விழுந்து உயிர்விட அரசியும் உயிர்விட கண்ட அரசவையில் உள்ளவர்கள் வெளியேற மன்னன் அரசி உடல்களை ஆணும் பெண்ணுமாகத் தூக்கி வந்தவர்களாம். அன்னை கண்ணகி தாயுள்ளம் கொண்டவள் மதுரையைத் தீயில் அழிய ஆணையிடவில்லை என உறுதியுடன் கூறுகின்றனர்.

இளங்கோ அடிகளிடம் கதைக் கட்டிவிட்டார்கள். நாங்கள் முதுகில் அரச உடலை கண்ணகியோடு தூக்கி வந்து மலையடிவாரத்தில் புதைத்தோம் கண்ணகி எம்மை வாழ்த்திவிட்டு "நீங்கள் இங்கேயே இருங்கள் நான் தெற்கே போகிறேன்" என்று போய்விட்டார்கள்.

"நாங்கள் முதுகில் சுமந்து வந்ததால் முதுகர் என்றார்கள். தற்போது முதுவர் என மாறிவிட்டது" என்கிறார்கள்.

இப்படி இவர்கள் பல சரித்திரக் கதைகளும் சொல்கின்றனர்.

மலை வனங்களில் அதிசயமான, அற்புதமான இயற்கை நிகழ்வுகளையும் காணலாம்.

ஜோதி மரம் இதனை பெரிய புராணம் கண்ணப்பர் கதையில் தீப மரம் என சொல்லப்பட்டுள்ளது. வேறு எவரும் ஜோதி மரத்தை கண்டதாக இதுவரை எழுதவில்லை. நான் இரண்டு தடவைகள் ஜோதி மரக்கட்டைகள் கையளவுதண்டி இரண்டடி நீளத்தில் கொண்டுவந்தேன். இரவு நேரத்தில் விளக்குகள் அணைத்ததும் டியூப்லைட் போட்டதுபோல ஒளிவிடும். ஊரில் பலருக்கும் காட்டினேன். தினமணியில் இதுபற்றி கட்டுரை எழுதினேன்.

நான்கைந்தடி அளவு சுற்றுளவுள்ள பெரும் பாறையை ஒரு மரத்தின் வேர்கள் சுற்றி அந்தரத்தில் தூக்கி உள்ள அதிசயம்.

அத்தாலொட்டி என்ற இலை (மூலிகை), இலையைக் கிழித்து மீண்டும் சேர்த்தால் ஒட்டிக்கொள்ளும் அதிசயம்தானே! வெட்டுக்காயம்பட்ட உடலில் தையல்போட வேண்டிய நிலையில் இந்த இலையை அரைத்துத் தடவினால் சதை ஒட்டிப் புண் ஆறும்.

அஞ்சரப்புள்ளி என்ற மரத்தின் பழத்தைச் சாம்பலில் பிசைந்து எலுமிச்சம்பழம் அளவு உண்டால் இரண்டுநாள் பசிக்காது.

புதைசேறு, புதைமணல் உள்ள இடங்களில் கால் வைத்து அகப்பட்டுக் கொண்டால் அவ்வளவுதான் எழ முடியாது. ஒரு பகுதி தீப்பிடித்துவிட்டால் நாம் உள்ள இடத்தைப் புல்வெட்டிப் பாதைபோல செய்து தீ வைத்துவிட்டால் இந்த தீ அந்தத் தீயை அணைத்துவிடும். தீ பரவாத இடமாகத் தேடித் தப்பித்தும் வந்துவிடலாம் ஆபத்துகளும் உண்டு. அழகு என்ற சொல்லுக்கு வனங்களே உதாரணம்.

அண்மையில் முப்பதுக்கு மேற்பட்ட சிறுகதைகள் எழுதினேன். முதலில் எழுதிய 12 கதைகள் இளங்கோவுக்கு அனுப்பினேன்.

அது இப்போது நூலாக வந்துள்ளது.

'டிஸ்கவரி புக் பேலஸ்' மு.வேடியப்பன் ஒரு அருமையான இலக்கிய அன்பு மனம் படைத்தவர். புத்தகக் கடையிலேயே ஒரு அறை ஒதுக்கி இலக்கியக் கூட்டங்கள் நடத்துகிறார். நானும் இரண்டொரு கூட்டங்களில் கலந்ததுண்டு.

இந்த நூலை அழகாக அருமையாக வெளியிட்ட நண்பர் மு.வேடியப்பன் அவர்களுக்கு உளம் நிறை நன்றிகள்.

கொ.மா.கோ.இளங்கோவுக்கும் இனியநன்றிகள். எம்மை தேனி பகுதி உச்சிமலை ஏலத்தோட்டம் அழைத்துச்சென்ற அமரர் PJ அழகுராஜா அவர்களுக்கும், தினமணி கதிர், இலக்கியப் பீடம், அமுத சுரபி, முகம், தாமரை, செம்மலர், சங்கு, கல்வெட்டு பேசுகிறது இதழாசிரியர்களுக்கும் எங்கள் பெண் மதுமிதா அவர்களுக்கும் அன்பு நன்றிகள். திரைப்பட இயக்குநர் மணிமாறன் பாண்டி அவர்களுக்கும், தமிழ் வளர்ச்சித்துறை நூலக ஆணையக் குழு இயக்குநர்களுக்கும் நன்றிகள்.

அன்புடன்,
குறிஞ்சி செல்வர், கலைமாமணி,
டாக்டர் கொ.மா.கோதண்டம்,
தலைவர் மணிமேகலை மன்றம்.
144/1 குறிஞ்சித்தெரு
பி.எஸ்.கே. நகர் அஞ்சல்,
இராஜபாளையம் 626108
தொடர்புக்கு 9944415322

1. ஓர் ஆதிவாசியின் தியாகம்

மலையடிவார வனம். அடர்ந்த தாவரங்கள், பறவைகள், விலங்குகள், அதிகமாக வசிக்கும் இடம், இடையில் ஒரு சமவெளி அங்கே சுற்றிலும் குச்சில்கள் ப வடிவில் இரண்டடி உயர மண்சுவர், மேலே ஆங்கில *V* தலைகீழ் வைத்தாற்போல புல்லால் ஆன குச்சில்கள்.

உள்ளே தரையில் காய்ந்த புல் பரப்பி இருப்பார்கள். அவர்கள் கருநிறமும் சிறிது குள்ள உருவமும் கொண்டவர்கள். பெண்கள் அழகுடன் இருக்கிறார்கள்.

காய், கனி கிழங்குகள் தேன் முக்கிய உணவு, குச்சில்களுக்கு முன்புற வெற்றிடத்தில் மூன்று கற்கள் வைத்த அடுப்பில் கிழங்கை அவித்து உண்பார்கள்.

நாட்டாமை கிட்ணன் மரத்தடிப் பாறையில் தலையைச் சொறிந்தவாறே உட்கார்ந்திருந்தான். அவர்கள் கிட்ணனை 'ஐயனே' என்றே அழைப்பார்கள்.

ஆண்கள் காலையில் தினமும் நாட்டாமை முன்பு வந்து, என்ன செய்வது? எங்கே போவது? என முடிவு செய்வார்கள். தீப்பெட்டி, கத்தி, சின்ன கைக் கோடரி வைத்திருப்பார்கள். இடுப்பில் வேட்டியை கோவணம் போல் உடுத்தி தலையில் துண்டைச் சுற்றி இருப்பார்கள். பெண்கள் சீலை ரவிக்கையுடன் இருப்பார்கள்.

குளிப்பது தலையில் எண்ணைத் தேய்ப்பது என்பதெல்லாம் எப்போதாவது தான்.

குளிர்பகுதி என்பதால் அவர்கள் மூக்கால் பேசுவது போல ஒவ்வொரு சொல்லையும் 'ங்' கில் முடிப்பார்கள். வந்தாங், போவோங், உச்சிலேங் என்பது போல.

மலைவன விபரங்களை வன அதிகாரிகளைவிட அதிகம் தெரிந்தவர்கள்.

இந்த மலைவாசிகள் பளியர் எனப்படுகிறார்கள். நாட்டின் மலைப்பகுதிகளில் குறிஞ்சி 12 ஆண்டுகளுக்கு ஒருமுறைப் பூக்கும். நீலமும் சிவப்பும் கலந்த நிறத்தில் கொத்துக் கொத்தாக மலை எங்கும் நிறைந்து இருக்கும். அவர்கள் அதனைக் குறிஞ்ஞாங் என்பார்கள், குறிஞ்சி பூத்ததால் தேனடைகள் மரங்களில் அதிகம் இருக்கும். எடுக்கும் தேன் பாதிக்கு மேல் "கொண்டாடா" என்று வன அதிகாரிகள் பறித்துக் கொள்வார்கள்.

அன்று காலையில் மல்லன், மூக்கன், இடும்பன், முத்தன் நால்வரும் கிட்ணன் எதிரில் வந்து நின்றார்கள்.

"இன்னக்கிஎங்கேங் போகப் போறீங்கங்" கிட்ணன் கேட்டான்.

"ஐயனேங் அஞ்சாறு நாளாங் தேனு எடுத்தோங்
இன்னக்கிங் கெழங்கெடுக்க போலாங் ஐயனே"
"வடகிழக்குங் மலதிருபத்துலங் போயி நாளாச்சிங்
அங்குட்டு போங்கலேங்"
"சரி ஐயனேங்"
அவர்கள் பறபட்டனர்.

சிறிது நேரம் கழித்து பெண்கள், மல்லி, கன்னி, தேவி, கொடிச்சி, ஆகியோர் கிட்ணனிடம் வந்தனர்.

"கும்புடுதோங் ஐயனேங்" என்றனர்
"என்னங் பொட்டச்சிகளாங் வந்திருக்கேங்"
"எதுக்கு ஐயனேங் நாங்கஇங்கங் சும்மா இருக்சுனும்ங்"
"வனத்துல தானாங் காச்சி, ஏலம், மிளகுங், இஞ்சிங், மஞ்சள், எல்லாங் இருக்குமில்லேங் அதுல ஏதாச்சங் கிடைச்சாங் எடுக்கலாமில்லேங் அதுதான் போப்போறோங்"
"அப்பசரிங் பாத்துப்போங்கங்"
அவர்களும் புறப்பட்டனர்.

பறவைகளின் எச்சங்களால், சாப்பிட்ட விதைகளால் வனத்தில் ஆங்காங்கே ஏலச்செடிகள், மரத்தைச் சுற்றி மிளகுக் கொடிகள்; இஞ்சிக்செடிகள், இப்படி முளைத்திருக்கும் அவற்றைத் தேடி எடுத்து வந்து வைத்திருந்தால் ஊரிலிருந்து யாரும் வந்து விலைக்கு வாங்கிச் செல்வார்கள், அவர்கள் ஒற்றையடிப் பாதையில் நடந்து சென்று கொண்டிருந்தார்கள்.

"ஏடிமல்லிங் ஏன்னங் மல்லன ஒன்ன ரொம்ப விரும்புதானேங் நீ என்னதாங் நெனக்கேங்" தேவி கேட்டாள்

“முத்தங்கூடத்தான் பின்னாலயே சுத்துராங், நான் என்ன செய்யிறதுங் சரிடி தேவி இடும்பங் உன்னை விரும்புதானேங் நி என்ன சொல்லப்போறேங்”

“அது தானே எனக்குத் தெரியல்லேங்”

ஓரிடத்தில் ஏலச்செடிகள் இருந்தன, அதிலே ஏலக்காய்கள் பறித்து மடியில் போட்டுக் கொண்டனர்.

“ஏடி இங்க பாரு கஞ்சாங் செடிகநாலங்சி கெடக்கு”

“பறி பறி தீவச்சிடுவோம்” சில செடிகள் இருந்தன. பறித்து அதை மட்டும் தீவைத்து எரித்தனர். அவர்கள் ஒரு கடவில் திரும்பி நடந்தனர்.

பெருநெல்லிக்காய் மரங்கள் நிறைந்த பகுதி அது. கீழே பழுத்த பெரிய நெல்லிக்காய் அதிகமாக விழுந்து கிடந்தன. காய்களின் மேல் தான்கால் வைத்து நடக்க வேண்டிவந்தது.

தேவி கூறினாள் “ஊரில் ஒருகா ஒரு ரூபாயாம் இங்க ரெம்பவே குமிஞ்சி கெடக்கேங்” “அப்ப நீ அள்ளிகிட்டு போயிங் சந்தையில வித்திட்டுவாயேங்”'

“வாயை மூடிகிட்டுங் வாங்கடிங்” மல்லி அதட்டினாள் காய்கள் உருட்டி கிழே விழுந்து விடாமல் மெல்ல பார்த்து நடந்தனர்

“ஏடி அந்த பாரு அந்த பாற பொந்துல சின்னத்தேனீக்க ஆயுதுங் எல்லோரும் அருகே ஓடினர்

“பச்சிலசார ஊதி ஈக்களைங் ஆனுப்பிட்டு பெந்துல கைவிட்டு தேனு எடுக்கலாமே”

கன்னி ஓடிச்சென்று பச்சிலை பறித்து வந்தாள், அதை வாயில் இட்டுமென்று பொந்தில் ஊதினாள் மல்லி, சின்ன தேனீக்கள் கூட்டமாக வந்து அவள் முகமெல்லாம் கொட்டின மல்லி மயங்கி விழுந்தாள்.

கன்னி பார்க்காமல் பக்கத்துச்செடி பச்சலையைப் பறித்து வந்துவிட்டாள். பின் அவளே கூறினாள் சீலையால் தேனிக்களை விரட்டி விட்டு மல்லி முகத்தில் தண்ணீர் தெளித்தனர்.

“சரி இவள தூக்கித் தான் போனுங்”

தேவி சிறிது தூரம் சென்று “மல்லாங் மூக்காங்” இடுப்பாங் என்று சத்தமுடன் அழைத்தாள், மல்லியை குச்சில் பக்கம் தூக்கிச் செல்லவேண்டும்.

சிறிது நேரத்தில் ஆண்கள் நால்வரும் ஓடிவந்து விட்டனர். நடந்தது அறிந்து

“சரிசரிங் நடந்திருச்சி நம்ம ஐயன் பச்சியை மருந்துங்தந்தாமல்லி எந்திரிச்சிங் நடப்பாங்” என்ற மல்லன் அவளை அப்படியே தூக்கி தோளில் போட்டுக்கொண்டான்.

முத்தன் அட நாம மல்லியைத் தூக்காம போயிட்டமேங் என்று வருத்தமாக இருந்தான்.

ஆண்களும் பெண்களும் அவளைத் தூக்கியவாறு வேகமாக நடந்தனர், சிறிது நேரத்தில் குச்சில் பக்கம் வந்துவிட்டனர். கிட்ணனின் எதிரில் பறையில் அவளைப் படுக்க வைத்தனர்.

கிட்டனன் ஆட்களை அனுப்பிக் குறிப்பிட்ட இடத்தில் பச்சிலை பறித்துவரச் செய்தான், பச்சலை வந்தது இடித்துச் சாறு எடுத்து மல்லிவாயில் மெல்ல ஊற்றினான் சிறிது நேரத்தில் மல்லி விழித்து எழுந்தாள்.

ஆதிவாசிக் குச்சில்களுக்கு அடுத்த சரிவில் ஆளுயர குறிஞ்சிச்செடிகள் கொத்துக் கொத்தாக மலர்களை வைத்துக் கொண்டு சூரியனுக்குச் சூட்டுவோமா? என எண்ணி வானத்தைப் பார்த்துக் கொண்டிருந்தன.

தென்றல் காற்று மலர்களைத் தழுவி வனமெல்லாம் மணத்தைப் பரப்ப முயன்று கொண்டிருந்தது.

மல்லியும் தோழிகளும் அந்த மலர்களைப் பறித்துக் கொண்டிருந்தனர். அவர்களே நட்டுவைத்த ரோசா, முல்லை கனகாம்பர மலர்களையும் பறித்து மாலை தொடுத்தனர், அவர்களது அன்னை தேவியான பளிச்சி சாமி கும்டத்தான்.

ஒரு மரத்தில் தன்னை மறைத்துக் கொண்டிருத்த குயில் ஒன்று ‘கூக்கூ குக்கூ’ எனக் கூவியது. உடனே மல்லியும் அதற்குப் பதில் போல ‘கூக்கூ’ என்றாள்.

உடனே அடுத்த சரிவில் குறிஞ்சிச் செடிகளுக்கு இடையே தேன் அடைகள் இருக்கின்றன, அதைத் தேடிக்கொண்டிருந்தார்கள் மல்லனும் நண்பர்களும் இவளது குயில் போல ஓசைக் கேட்டதும் மல்லன் பாடினான்

“கூப்பிட்ட சத்தமதைங்
குயிலு சத்தம் மென்னிருந்தேங்

பாப்பா மல்லி சத்த மென்னால்ங்
பாத்துடனே வந்திடுவேங்”

இதைக்கேட்ட மல்லி உடனே

“கிழங்கெடுக்கப் போனாயோங்
தேனெடுக்கப் போனாயோங்
கிழவிய கூட்டிப்போடா
கேட்டதெல்லாம் தந்திடுவா” எனப்பாடினாள்

உடனே மல்லன்

“மஞ்சமினுக்கி பூள்ளேங்
மயிரெல்லாம் பூமினிக்கி
நெஞ்சத்தை தொட்டவளே
நீதானே என் உசிருங்” என்று பாடினான்

உடனே கன்னி பாடினாள்.

“பூச்செடிங்க தாண்டியல்லோங்
போறவனே மீசைக்காராங்
பூவாசனை வீசுதடாங்
பூந்திருச்சோ நெஞ்சத்திலேங்”

எல்லொரும் சோந்து பாடினார்கள் கைகளைக் கொட்டியவாறே

“கும்மியடிங்கடி கும்மியடிங்கங்
கொங்கை குலுங்கிட கும்மியடிங்
நம்மைப் பிடிச்சகவலைகள் மாறிடுங்
நம்ம பளிச்சி சாமியே கும்பிடுவோம்”

சிறிது நேரத்தில் அவர்கள் புறப்படும் வேளையில் எதிரே இரண்டு யானைகள் வந்து கொண்டிருந்தன. பார்த்த தேவி

“அடி பாருங்கடி யாணைக வருது ஓடிப்போலாங்”

மல்லி உடனே கீழே குனிந்தாள். செத்தைகளைத் திரட்டி தீ வைத்தாள். பார்த்து யானைகள் ‘ஓ’ வென்று பிளிறியவாறே திரும்பிச் சென்றன.

வனத்தில் ஈத்தையில் ஒரு பக்கம் தீ வைத்துப் பந்தம்போல கையில் பிடித்துக் கொண்டு எந்த அடர்வனத்தையும் சுற்றி வரலாம், புலி, யானை, காட்டு எருமை எல்லாமே பயந்து விலகி ஓடிவிடும்.

அவர்கள் குச்சிலுக்குத் திரும்பினார்கள், இடையில் உள்ள ஒரு மேட்டில் கல் நட்டியிருந்தது சாமியான பளிச்சி சாமிக்குப் பூப்போட்டு கும்பிட்டுக் குச்சில் சென்றனர்.

மல்லன், மூக்கன், இடும்பன், முத்தன் நால்வரும் மேலே வந்தனர்.

மரங்களின் உச்சிகளைப் பார்த்துக்கொண்டே ஒரு மரத்தில் உச்சிக் கிளையில் தேன் கூடு கண்ட முத்தன் படபடவென மரமேறினான்.

"டேய் எறங் குறயா வேல் வீசிக் கொல்லட்டுமா"

குரல் கேட்டு கீழே இறங்கினான்.

மல்லன் ஓடி வந்து "என்னப்பாங்" என்றான்

அவன் அடுத்தமலையைச் சோந்த ஆதிவாசி.

"அண்ணே மரத்தடியில பாரு குறுக்குக்கோடு அடையாளம்"

"ஓ சரிசரி மரத்தடி அடையாளம் அவன் பாக்கல போலங்"

"முத்தா மரத்தடியில் அடையாளம் கொத்தியிருக்கு பாக்கலயாங் முதல்ல பாத்தவங்க இந்த அடை எங்களுக்குன்னு அடையளாம் பதிப்பாங்க இதுல யாரும் தேன் எடுக்க மாட்டாங்க"

"நான் பாக்கலேன்னேங்"

ஒரு புல்வெளியில் மான்கள் கூட்டம் மேய்ந்து கொண்டிருந்தன. மரத்திலிருந்து குரங்குகள், மான் கூட்டம் முன்னே கிளைகளை ஆட்டி காச்மூச் சென்று கத்தின. முன்னால் பாதுகாப்பாய் இருந்த தலைமை மான் காதுகளை ஆட்டியது, மான் கூட்டம் குதித்து ஓடி மறைந்தன.

மல்லன் கூறினான் "பாருங்க இங்க எங்கயோங் ஒரு புலி மான் கூட்டத்தில் பாயப் பதுங்கி வாரத பார்த்த குரங்குக, மான்களைச் சென்று விரட்ட இப்படி கத்தும். குரங்குகள்; காட்டு நண்பர்கள்"

மல்லியும் தோழிகளும் ஒற்றையடிப்பாதையில் நடந்து சென்று கொண்டிருந்தனர். அந்தப்பகுதியில் தரையில் சருகுகளுக்கு மேல் அட்டைப் புழுக்கள் தன் முன்னங்கால குச்சி உடலை ஒரு பக்கம் தரையில் ஒட்டியும் மறுபக்கம் நின்று ஆடிக்கொண்டிருக்கும். மனிதரோ விலங்குகளோ வந்தால் ஆடும் அடுத்தப் பகுதி அதன்மீது ஒட்டிக்கொள்ளும் உடலில் உச்சி வரைக்கும் ஏறும் அதன் உடலில் உள்ள நீர் நம் உடலில் பட்டால் நமக்கு தெரியாது, இரத்தம் உறிஞ்சுவதும் நமக்கு தெரியாது, கன்னத்தில் இரத்தம் உறிஞ்சாலும் நமக்குத் தெரியாது.

ஈர்க்குமாதிரி இருந்த அட்டை இரத்தம் உறிஞ்சி நம் விரல் தண்டி பருத்தப் பின் கீழே விழுந்துவிடும். மற்றவர் பார்த்துக்

கூறினாலே நமக்குத் தெரியும். அட்டை ஏறுவதைத் தடுக்க சீயக்காய் பொடியை நனைத்து கால்களில் பூசிக்கொண்டால் அதன் வாடைக்கு அட்டைகள் நம் உடலில் ஏறாது.

மல்லியும் தோழிகளும் அன்று போகும் பாதையில் அட்டைகள் இருக்குமென்று சீயக்காய் பொடி பூசிச் சென்றனர்.

அவர்கள் வனத்தில் நடக்கும் பாதைகள் பாதைகள் அல்ல விலங்குகள் நடக்கும் வழிகள். அதனை மான் சரத்து, பன்னி சரத்து, நரி சரத்து, என்றே கூறுவார்கள். அந்த வழிகளிலேயே மனிதர்களும் நடந்துபோக வேண்டும்.

பாதை கீழே வேர்கள் உருட்டுக்கற்கள் அதிகமாக இருக்கும்.

கீழே பார்த்து நடக்கவேண்டும் இரு பக்கங்களில் இண்டம் முள் கொடிகள் நிறைத்து இருக்கும். சட்டைகளைக் கிழித்துவிடும் உடம்பிலும் பட்டு இரத்தம் வடியும்.

அந்தப் பாதைகளில் வனத்தில் பொருட்கள் திருடவருபவர், சரத்துகளில் கம்பியால் சுறுக்குச் செய்து பாதையில் வைத்து இரண்டு பக்கம் செடிகளில் கம்பிகளைக் கட்டி வைப்பார்கள், வரும் விலங்குகளுக்கு வட்டத்தில் தெரியாமல் தலை கொடுத்து வர சுறுக்கு அதனை இறுக்கிக் கொன்றுவிடும். பளியர்கள் அப்படிச் செய்வதில்லை.

மல்லன் சிலவேளைகளில் அவற்றை அறுத்துவிடுவான்.
மல்லியும் தோழிகளும் வந்து கொண்டிருந்தனர்

மரத்தின் மேலிருந்து ஒரு கரடி இவர்களின் முன்பு குதித்தது அதன் பார்வையும் நீட்டியகைகளின் நகங்களும் பயத்தை உண்டு பண்ண மற்ற பெண்கள் ஓடிவிட்டனர்.

மல்லியின் முகத்தைப் பிய்க்க கரடிக் கைகளை நீட்டியது

மல்லி தன் இடையில் சொறுகி வைத்திருந்த வாளால் கரடியை குத்தினாள் பன்னரு வாளால் கரடியைக் குத்தினாள் கரடி ஓடிவிட்டது. மல்லியின் முகத்தில் அதன் நகக்காயங்களில்; ரத்தம் வந்தது. ஓடிய தோழிகள் திரும்பி வந்து அவளது உடம்பின் இரத்தத்தைத் துடைத்து அவளை மூவருமாகத் தூக்கிக் குச்சிலை அடைந்து படுக்க வைக்க கிட்ணன் வந்து மருந்து தடவினான்.

அந்த வனத்துக்குள்ளான கல்லால மரம் அது

நீண்ட தூரம் கிளைகளைப் பரப்பி இருந்தது. சூரியனைப் பார்த்து "தேவனே உன் கதிர்களின் சக்தியினை மரங்களுக்கு தந்தால் போதும் உன்னை உள்ளேவிடமாட்டோம்" என்று சொல்வதுபோல் இருந்தது. நமது நாட்டு ஆலமரங்களின் விழுதுகள் கொத்துக் கொத்தாக வந்து பூமியில் பதிந்து கிளைகளைத்தாங்க தூண்கள் போல ஆகிவிடும். கல்லாலமரம் விழுதுகளோ பெருவிரல் தண்டியில் ஒரே நேராக வந்து பாறைகளைச் சுற்றிக்கொள்ளும் நீண்ட சாட்டையாட்டம் இருக்கும் பல்தேய்க்க எளிதாக இனிதாக இருக்கும்.

சூரியக் கதிர்களோ 'எம்மைத் தடுத்து விடுவாயா பார்ப்போம்' என்று இலைகளுக்கு ஊடேயாக சன்னமான வெள்ளிக் கம்பிகளை நட்டு வைத்தாற்போல அழகாக இருக்கும்.

கல்லால மரத்தடியில் மல்லியும் தோழிகளும் விளையாடிக் கொண்டிருந்தனர்.

மரத்தடியில் மல்லியை விட்டுவிட்டு மற்றவர்கள் பக்கத்து ஓடையில் புதுத்தண்ணீ வரவே அதில் குளிக்கப்போனார்கள். மல்லி தலைவலி என்று போகவில்லை.

"வாங்கடி பெண்டுகளா
வந்து பூக்க பளிச்சிடுவோம்
மாவடிப் பாறையிலே
பளிச்சி அம்மனுக்குப் போட்டு கும்பிடுவோம்"

அவளுக்கு எதிர்பாட்டுப்பாட அங்கே யாருமில்லை. வேகமாகவே வந்துகொண்டிருந்த முத்தன் அவளைக்கட்டி அணைத்தான். எதிர்பாராத சூழ்நிலையில நடந்ததால் அவள் திகைத்து விட்டாள். சுதாரித்து அவனைப் பலங்கொண்ட மட்டும் பிடித்துத் தள்ளினாள் விழுந்த அவன் பாறையில் தலை பட்டு இரத்தம் வழிந்தது.

அதற்குள் மற்ற நண்பர்கள் வந்து விட்டனர் குளிக்கப்போன தோழிகளும் வந்துவிட்டனர்.

மல்லன் முத்தனை அடிக்கப் போனான். மல்லி "வேண்டாம் விட்டுவிடு" என்றாள்

"மன்னிச்சிடு அண்ணே எதோ வேகத்துலா தெரியாம செஞ்சிட்டேன்."

"சரிப்பா இப்ப நானும் உன்னை அடிக்க வரலே ஒரு பயமுறுத்தலுக்குத் தான் கையை ஓங்கினேன் இனிமே இப்படி செய்யாதே" என்றான்.

விழுந்தவனை மற்றவர்கள் தூக்கிக்கொண்டு நடந்தனர். மயங்கி விழுந்தவளைத் தோழிகள் தூக்கிக்கொண்டு நடந்தனர்

கிட்ணனிடம் "கல் தடுக்கி விழுந்துவிட்டான்" என்றனர், கிட்ணன் தலையில் மருந்து தடவிவிட்டான், முதல்ல போயி போதைப் புல்லு வேரை அரச்சிக் கொண்டா மல்லி தலையில தடவலாம் என்றான்.

ஒரு நாள் நாட்டாமை கிட்ணன் எல்ரோரையும் அழைத்தான்.

மரத்தடிப் பாறையில் உட்காந்திருந்தான், எதிரே மற்றவர்கள் நின்றிருந்தனர் அனைவரிடமும் கிட்ணன் கேட்டான்

"ஏனப்பா உங்கள்ள மல்லிய யாரு விரும்புறிங்க சொல்லிடுங்கங் கண்ணாலம் கட்டி வச்சிடலாம் காலம் வந்திருச் சில்லேங்"

ஒருவரும் பேசவில்லை
"என்ன பேசாம இருந்தாங்"

"ஐயனே நாஞ்சொல்லுதேன்ங் மல்லிய மல்லனும் முத்தனும் விரும்புராக யாருக்குன்னு நீங்கதான் முடிவு செய்யணும்".

"என்னங்கப்பா சொல்லுங்கங்" கேட்டான் கிட்ணன் யாருமே பேசவில்லை

"மல்லிக்குட்டி இங்கவாடிபுளே" அவள் அருகில் வந்தாள்.

"சொல்லுபுளே ரெண்டு பேர்ல இல்ல, வேறயாரையாவது நீ விரும்புறியா?"

"ஐயனே எனக்குன்னு ஒரு ஆச இருக்கு அதச்சொல்லி நம்ம கூட்டத்துல பகைய வளக்க நா விரும்பல ஏதாவது ஒரு போட்டி வச்சி அதுல செயிச்சவனை நாங் கட்டிக்கிடுதேங்"

"அட அதுவுஞ் சரி தான் என்னப்பா நீங்க என்ன சொல்தீங்க" யாரும் பதில் தரவில்லை.

"மல்லா நி சொல்லு என்ன செய்ய"

"ஐயனே நான் அவள் விரும்புதேன் அவளும் விரும்புனா கண்ணாலம் நடக்கட்டும் போட்டியெல்லாம் வச்சி நம்ம கூட்டத்துல பிரச்சினை ஏற்படுத்த வேண்டாம்"

"முத்தா நீ என்ன சொல்லுதேங்"

"எனக்கு ஒன்னும் புடிபடல்ல ஐயனே எது நடக்குமோ, அது நடக்கட்டும்"

"சரிப்பா எனக்கும் ஒன்னும் தோனல்ல போங்க இன்னொரு நா பேசுவோம்" என்றான் கிட்ணன். அவர்கள் கலைந்து செல்ல முற்பட்ட போது அடிவார பாரஸ்ட் அலுவலகத்திலிருந்து அதிகாரி வந்தார்,

"கிட்ணா உங்க எல்லார்கிட்டயும் ஒரு தகவல் சொல்லவே வந்தேன் பொம்பளங்க போகலாம்"என்றார்

பெண்கள் சென்றுவிட்டனர். அவரும் ஒரு பாறையில் அமர்ந்தார் "எல்லாரும் கேட்டுக்கோங்க பாரஸ்ட் வேலைகள்ள ஒவ்வொரு மலைவாசி உள்ள பகுதிகளிலிருந்தும் ஒரு இளைஞனை பாரஸ்ட்வாட்சரா அதாவது வனக்காவலர் வேலைக்கு போட நினைச்சி எனக்கு தகவல் வந்தது, இங்க நாலு இளைஞர்கள் இருக்காங்க இல்ல அவங்களைப்பற்றி பேரு வயசு அவங்கதிறமை இதுகளப்பற்றி எனக்குத் தெரிஞ்சதை எழுதப் போகிறேன். அதிலே யாருக்காவது ஓராளுக்கு நம்ம பாரஸ்ட் வாட்சர் வேலை கிடைக்கும் அரசு வேலைன்னா சும்மாவா நல்ல சம்பளம் கிடைக்கும் வசதியா குடும்பம் நடத்தலாம். உங்களுக்கு நல்ல எதிர்காலம் தான் தகவல் சொல்லவே வந்தேன்; யாருக்குவேலைன்னு எனக்கு தகவல் வந்ததும் உங்களுக்கு வந்து சொல்வேன்.

"அவனுக்கு வேலைக்கு ஆர்டர் தர நிகழ்ச்சி இங்க தான் நம்ம பாரஸ்ட் ஆபீஸ் முன்னால் எளிமையா நடக்கும் நீங்கள் எல்லாரும் கலந்துக்கணும்"

அப்ப நா வரட்டா போயிட்டு வாறேன்" அவர் புறப்பட்டார்

அந்த மக்கள் எழுந்து வணக்கம் சொல்லி விடை தந்தனர் பின் அவரவர் குச்சில்களுக்குச் சென்றனர்.

மூக்கன் மல்லனைப் பார்க்க வந்தான்

"அண்ணே உனக்குத்தானே வாட்சர் வேலை கிடைக்குங் "அப்பா யாருக்கு கிடைச்சாலும் நம்ம எல்லாருக்கும் நல்லது தானே உனக்கு கிடைச்சாலும் சம்மதந்தான்ங்"

"அட போங்கண்ணே நம்ம மூக்கன் அவரப் போயி பாத்து தனக்கு கேட்டு வாங்குவாணேன்று எனக்குப்படுதுங்" இந்தா பாரு அவனுக்கு அந்த கட்டிக்காரத்தனமெல்லாம் வராது அப்படியே

அவனுக்கு வந்தாலும் சரிதாங்" "என்னண்ணே இப்படிச் சொல்லிட்டீகங்"

"சரி சரி இந்தப் பேச்சை விடு நடக்கதுங் நடக்கட்டுங்"

அன்று வனத்தில் நல்ல மழை பெய்தது இருட்டிவிட்டது குச்சில்களில் ஒழுகி தரை புல்லெல்லாந் தண்ணீர்

அருவியில் தண்ணீர் ஓ வொன்று கொட்டியது

அவர்கள் ஆண் பெண் குழந்தைகளுடனும் சற்று தூரத்தில் இருக்கும் அய்யனார் கோவில் மண்டபத்தில் தங்கச் சென்றனர். ஆற்றைக் கடப்பது சிரமமாக இருந்தது குழந்தைகளைத் தோள்களில் போட்டுக்கொண்டனர். ஒருவர் கையைப் பிடித்து ஒருவராக மணலும் கற்களுமான ஆற்றில் முழுங்கால் அளவு நீரில கடந்து சென்று கோவில் மண்டபத்தில் படுத்துக்கொண்டனர். பூசாரியும் அவர்களுக்கு உதவி செய்தார்.

அந்த வட்டாரத்தில் தோப்புக்காரர்கள் மற்றும் காடுகளில் வேலை செய்வோர், மலை மக்களை சாமி புள்ளங்க என்பார்கள். மழைவிட்டது காலையில் எழுந்து அவர்கள் குச்சில்களுக்குச் சென்றார்கள்.

இளைஞர்கள் நால்வரும் வனத்துள் சென்று புல் திரட்டில் புல்வெட்டி கட்டிக்கொண்டு வந்து கூரையில் வெளி உள்ள இடத்தில் போட்டு சரிசெய்தார்கள்.

ஒரு வாரம் ஆனது வன அலுவலர் அவர்களைப் பார்க்க வந்தார் எல்லோரையும் அழைத்தார் அவர்கள் வந்ததும்

"நண்பர்களே வாட்சர் வேலை முத்தனுக்கு கிடைச்சிருக்கு நாளக்கி மதியம் நம்ம ஆபிஸ் முன்னால் சின்னக்கூட்டம். நீங்க எல்லாரும் வந்திரணும் எங்க ஆபீசர் ரேஞ்சர் அய்யாவும் மாவட்ட கலைக்டர் அய்யாவும் வந்து முத்தனுக்கு வேல சர்டிபிகேட் கொடுப்பாங்க நீங்க கட்டயாம் வரணும் மத்த வெளியாளுகள அழைக்கல" அவர் சென்றுவிட்டார்.

மூக்கன் வந்து மல்லனைப் பார்த்தான்.

"என்னண்ணே நா சென்னபடியே நடந்திருச்சில்லேங்" "சரிப்பா அவன் யாரு நம்ம ஆளுதானேங்"

“அப்பநாம கூட்டத்துக்குப் போகவாங் “போவம் போவம்ங்” என்றான் மறுநாள் கூட்டம் நடந்தது.

மூக்கன் மல்லனைத் தேடினான் காணப்படவில்லை. அவன் மட்டும் வந்தான் கிட்ணனைச் சிலர் தூக்கி வந்து பாறையில் அமரவைத்தனர்

கலைக்டர் தலைமையில், ரேஞ்சர் முன்னிலையில். முத்தன் அழைக்கப்பட்டான். அவன் கால்கள் படபடவென நடுங்கின.

அவர்களுக்குத் தகவல் தர வந்த பாரஸ்ட் கார்டு அதிகாரி “ஒன்றும் பயமில்லே பேசாம இரு” என்றார். தலைவர்களுக்கு மாலை அணிவித்து கூட்டம் தொடங்கியது

முத்தனிடம் கலைக்டர் வேலை ஆர்டர் தந்தார்.

அவன் நடுங்கியவாறே வாங்குகையில் ஆர்டர் தாள் தவறி விழுந்துவிட்டது அவரே குணிந்து எடுத்துத் தந்தார்.

“சரிப்பா நீ ஏதேனும் பேசனுமின்னா பேசு” என்றார் முத்தன் பேசினான் “கலெக்டர் சாமி அய்யாவேங் பாரஸ்ட் ஐயாமார்களேங் கும்புடுதேங்சாமிகளே தகுதியும் இல்ல, என்னை ஆளாக்குன காட்டை பத்தி விவரங்களை எங்களுக்கு சொல்லிய எல்லாமாக தலைவன் மாதிரி இருகிறங் மல்லன் அண்ணன் தான் இதுக்கு தகுதியானவங்”

அப்போது மூக்கன் ஓடிச்சென்று மல்லனைத் தேடி அழைத்து வந்து விட்டான் இருவரும் ஒரு கல்லில் உட்கார்ந்தனர் அண்ணனம் வந்திரிச்சி இந்த ஆர்டர் தாளில் என் பேரை அடிச்சிட்டு அண்ணன் பேர் எழுதி அவங்கிட்ட தந்திருங்க அவனும் நானும் மல்லியை கண்ணாலம் கட்ட ஆசைப்பட்டோம்

முத்தன் டக்கென்று இறங்கி மல்லனைக் கைப்பிடித்து அழைத்து மல்லி இருந்த இடம் வந்து அவள் கையைப் பிடித்து

இருவரையும் கிட்ணனிடம் அழைத்துச்சென்று கைகளை சேர்ந்தது வைக்கும்படி கேட்டான் கிட்ணன், மல்லி மல்லன் இருவர் கைகளையும் சேர்ந்து தலையில் கைவைத்து வாழ்த்தினான். பின் அவர்களை மேடைக்கு அழைத்துச்சென்று தன் மடியில் வைத்திருந்த குறிஞ்சிப் பூக்களைக் கலெக்டரிடமும் ரேஞ்சரிடமும் தந்து அவர்கள் தலையில் போட்டு வாழ்த்தச் சொன்னான்.

அவர்களும் பூக்கள் போட்டதுடன் தங்களது மாலைகளை இருவருக்கும் சூட்டி வாழ்த்தினார்கள். மல்லி வெட்கத்தில் குனிந்த தலை நிமிரவில்லை.

பணி ஆர்டர் சீட்டில் முந்தன் பெயரை அடித்து விட்டு மல்லன் பெயர் எழுதி அவனிடம் கலைக்டர் தந்தார்.

"சரிப்பா ரெண்டு நாள்ல ஊருல பாரஸ்ட் ஆபீசுல நீ போயி கையெழுத்து போடணும்" என்றார்.

"சரி சாமிகளேங்" என்றான் மல்லன்

"சரிப்பா ஆபீசர்களை இனிமே சார் என்றால் போதும் சாமின்னு கூப்பிட வேணாம்" என்றவர், "சரிப்பா உங்கபெரியவர் கிட்ணனை தூக்கியாந்து முன்னால் உட்காரவையுங்க" என்றதும். நான்கு பேரும் சென்று கிட்ணனை தூக்கிவந்து முன்பும் உள்ள பாறையில் அமர வைத்தனர்.

ரேஞ்சர் பேசினார், "கிட்ணன் பெரியவரே இங்க நடந்தது எல்லாம் சரிதானே என்ன சொல்றேறு" என்றார்

கிட்ணன் "சாமிகளே உங்கள விழுந்து கும்புடனுங் என்னால குனியமுடியாது எங்க பளிச்சிசாமி அருளால நீங்க நல்லா இருக்கனும் அருள் வேண்தலுங்

"கேளுங்க பெரியவரே"

"சாமிகளே மழையில் குச்சில்களெல்லாங் ஒழுகி உள்ளே தண்ணி வந்திட்டுங் சாங்கரா தலத்துல கோயில் திண்ணயில போயி படுத்தோம் எங்களுக்கு வீடுக்கட்டித்தரக் கூடாதா சாமிகளேங்" "பெரியவரே நானே சொல்லனுமுன்னு இருந்தேன் ஊர்ல ஒரு எழுத்தாளப் பெரியவர் மந்திரியைக் கலக்டரைப் பாத்து மலசனங்களுக்கு வீடுக் கட்டிதரஹமுன்று கேட்டு அது நடக்கப்போகுது வீடுக்கட்டியதும் பாரஸ்ட்ல இருந்து அருவியில் இருந்து வீடுகளுக்குத் தண்ணிக் குழாய் போட்டுத் தருவோம் கரண்டுக்கும் ஏற்பாடு செய்வோம்."

"சாமிகளோ உங்கள எங்க தெய்வம் பளிச்சிசாமி நல்லதே செய்வாங் உங்க குடும்பம் புள்ளங்க படிச்சி நல்ல வேலைகளுக்கு போயி நல்லா வாழ்வாங்கங் நுாறு வருசம் நீங்க நல்லா இருப்பேகங"' என்றான்.

கலெக்டர் எழுந்தார்.

"பெரியவரே உங்கள கும்புடுறோம் வேற என்ன உங்களுக்கு செய்யனும் சொல்லுங்க" என்றார்

கிட்ணன் உடனே" ஐயாமாருகளே சாப்பாட்டுக்கு ரெம்பக் சுட்டப்படுதோம் அடிவாரத்துல எங்களுக்குன்னு கொஞ்ச நெலம் ஒதுக்கித்தந்தா மண்ணக்ங் கொத்தி சோளம், கேப்பை, வெளயவச்சி வெவசாயம் செஞ்சி பொழச்சிக்கிடுவோங்" என்றான்

"பெரியவரே நீங்க கேட்டதெல்லாம் செஞ்சித் தாரோம் நிலமும் தாரோம். இனி உங்களுக்கு நல்ல காலம்தான்

இந்த வனத்துல காட்டுவாசி பையன் இன்னக்கி செஞ்ச தியாகம் இருக்கே அது எங்க மனச கலக்கிடிச்சி. இனி இந்த மல்லனும் எங்களுக்கு உதவியா நல்ல நடந்துக்கனும்" என்றார்

முத்தன் உடனே "சார் ஐயாங்களே நான் பேசுறப்பவே சொன்னேன் மல்லன் எங்களுக்கு வழகாட்டிங் எங்கள உருவாக்குனவன் நல்ல விசயம் தெரிஞ்சவன் உங்கமனசுபோல நடந்து உங்களுக்குப் பேரு வாங்கித்தருவான்ங்"

"சரிப்பா மலைவாசி நண்பர்களே பெரியவர் கிட்ணன் அவர்களே கூட்டம் இத்துடன் முடிந்தது. இனி உங்களுக்கு நல்ல காலந்தான் போயிட்டு வாங்க எல்லாத்துக்கும் நன்றிங்க

பத்திரிகை நிருபர் ஒருவர் வந்திருக்காரு அவருக்கும் எங்கள் இனிய நன்றி நண்பர்களே

இந்த மலை மக்கள் பற்றி நல்லா நிறையா எழுதும்"
நிருபர் உடனே "சரி சார் சிறப்பா எழுதுகிறேன்" என்றார்
கூட்டம் கலைந்தது

அந்த மக்கள் முத்தனை வாழ்த்திப் பாராட்டினர்.

மல்லனையும் மல்லியையும் மணவாழ்த்துப் பாடிப் பாராட்டினர். நாமும் வாழ்த்துவோமே...

2. பசி

சிவகிரியிலிருந்து மலையடிவாரம் சென்று வள்ளக்கடவில் ஆதிவாசி முத்தனை உடன் அழைத்துக் கொண்டேன். ஒரு பையில் ரொட்டி, பிஸ்கட் பாக்கெட்கள், நிலக்கடலை வாங்கி வைத்திருந்தேன். அதை முத்தன் வாங்கிக்கொண்டான். மலை ஏறி ஆற்றைக் கடந்து மிளாப் பாறை மலையைக் கடந்து சென்று கொண்டிருந்தோம்.

மரங்களில் கருங்குரங்குகள் கூட்டம் ஓடிக்கொண்டிருந்தன. மரத்திலிருந்து பூக்கள் எங்கள் மீது உதிர்ந்தன, கிளைகள் ஆடியதும் எங்களை வரவேற்பது போலிருந்தன.

அது அடர்வனம், வெயிலே தெரியவில்லை, மஞ்சு முட்டம் வேறு, பாதைகளும் புதர் மண்டிக்கிடந்தன. முட்கள் சட்டையைக் கிழித்து விட்டன.

விலங்குகளின் சத்தம் வேறு கேட்டுக்கொண்டிருந்தன. எங்கும் மலர்கள் மணத்தையும், அழகையும், அள்ளிவீசிக் கொண்டிருந்தன. பாறைகள் வேறு விலங்குகள் போல பயத்தை ஏற்படுத்தின.

ஓநாய்கள் எதிரே ஓடிவந்துகொண்டிருந்தன. பாறைகளில் ஏறிக்கொண்டோம், அவைசென்றதும் இறங்கி ஓரிடத்தில் அமர்ந்து ரொட்டி பிஸ்கட்கள் உண்டோம்.

"சாமி ஒருக்கா இந்த இடத்திலே நாங்க நாலுபேரு வந்தோம் ஒரு முப்பது யானைக் கூட்டம் மேய்ஞ்சிகிட்டிருந்தது மூனு மணி நேரம் ஒளிஞ்சிருந்து அது போகவும் தான் நடந்தோம்" என்றான்.

"நல்ல வேளை இன்னக்கி அப்படி இல்லையில்லை' என்றேன். ஒரு இடத்தில் ஒரு மரம் தன் வேரால் பெரிய பாறையைத் தூக்கிக்கொண்டிருந்தது.

அங்கிருந்த மண்மேடு மழையில் அடித்துச் செல்லப் பட்டதால் வேரால் சுற்றப்பட்ட பாறை அப்படியே அந்தரத்தில் நின்றது.

கொ.மா.கோதண்டம்

அந்தப் பாறையில் கருங்குரங்குகள் கூட்டமாகக் கொட்ட மடித்தன. பாறை விழுந்து விடுமோ அச்சத்தில் நடந்தோம். ஓரிடத்தில் பாதை நெடுகிலும் கொடிகளில் செங்காந்தள் மலர்கள் பூத்துக் கிடந்தன, அந்த இடமே அழகோடு மிளிர்ந்தது. செங்காந்தள் தமிழ்நாட்டின் மலர். இதைப்பாடாத இலக்கியங்கள் இல்லை எனலாம். பெண்களின் அழகுக் கைவிரல்களுக்கு ஒப்பிட்டுப் பாடப்பட்ட பாடல்கள் அதிகம்.

இதன் வேர்கிழங்கு மருந்துக்கும் ஆகும், விஷத்தன்மை உடையது என்றும் கூறுவார்கள்.

ஒரு மலரைப் பறித்து சட்டைப் பையில் வைத்துக்கொண்டேன்.

ஓரிடத்தில் தண்ணீர் குடித்துவிட்டு உட்கார்ந்தோம். முத்தன் ஒரு பாட்டுப் பாடினான்.

“வாடாத முல்லைப் பூவே
வட்டவடி அல்லிப் பூவே உன்னை
தேடாத நாளுமில்லே
தெரியாத இடமில்லே
காணாமல் போனாயே எவ
கண்ணு பட்டதுவோ ஒன்னும்
தோணாம அலயுதனே
சொந்தம் கொள்ள வாடிபுள்ளே
காலுக்கு செருப்புமில்லே
மேலுக்கு துண்டுமில்லே
கூலுக்கும் வக்கில்லையே உன்னை
கூடுவது எக்காலமோ”

ஆனா ஆவண்ணா படிக்காத மலை மகன், எதுகை மோனையோடு கவிதை பாடுகிறான் என்றால் அது நம் தமிழ் மொழியின் அற்புத ஆற்றலல்லவா ஒரு நூறு ரூபாய் தாள் எடுத்துத்தந்தேன்.

“சாமி எங்களுக்கு பெட்டிக்கடை தெரியுமா, காப்பிக் கடை தெரியுமா? இப்ப எனக்கு ஒரு பீடிக்கட்டு கெடச்சா ஆயிரம்ரூபாய்க்கு சமம். கெடக்காதே” என்று வாங்க மறுத்துவிட்டான்.

இப்படியும் வாழும் தமிழ் மக்கள்! யாரை நோவது? இந்த சில வரிப் பாடலில் காதலின் ஏமாற்றம், வறுமையால் தள்ளாட்டம், என்ன உணர்வுகள்? எத்தனை பிரச்சனைகள்? இது தீர்வது எக்காலம், வாழ்நாளெல்லாம் பொத்தல் புல்குச்சில்களில் வெறும்

கிழங்கு கீரை சாப்பாட்டு வாழ்கிறார்களே இவர்களுக்கு ஒரு விடியல் வருமா? எழுந்து புறப்பட்டோம். ஆற்றங்கரை சேர்ந்த ஓரிடம் தரையோடு சமதளப்பாறை.

முத்தன் ஓடினான். பாறையின் குழிகளில் தயிர்கட்டி போல நிறைந்து இருந்தது. இரண்டு குழிகளில் இருந்ததை அள்ளி அள்ளித் தின்றான்.

மரத்தில் ஏறி அகலமான தேக்க இலைகள் பறித்து வந்தான். அதனை ஈர்க்குனால் குத்திப் பை போல தயாரித்தான் மற்றக் குழிகளில் உள்ள அந்தவெண் கட்டிகளை அள்ளி இலைப் பையில் நிரப்பினான். தன் தலைத் துண்டால் கட்டித் தோளில் போட்டுக்கொண்டான்.

இங்கு அதிக பச்சைப்புல் கிடைப்பதால் தூரத்திலிருந்து காட்டெருமைகள் மேயவரும், தூரம் என்பதால் குட்டிகளை விட்டு விட்டு வரும். வந்த இடத்தில் கன்றுகளின் நினைவு வந்ததும் தானாக பால் சுரக்கத் துவங்கும் பால் வெற்றுத் தரையில் வீணாகிவிடும் என்று நினைத்து பாறைக் குழிகளில் பால் சுரந்து விடும். பல எருமைகள் பல குழிகளில் பாலைச் சுரக்கக் குழிகள் நிரம்பிவிடும். குளிர் பகுதி என்பதால் பால் கெட்டுப்போகாது அப்படியே கட்டியாகிவிடும். இதனைக் குரங்குகள், கரடிகள் கண்டால் எடுத்துத்தின்றுவிடும். மலை மக்கள் கண்டால் சுவையான உணவாகச் சாப்பிடுவார்கள்.

இப்படிக் கன்றை நினைத்து பால் சுரப்பதை கம்பன் அழகான கவிதையாக்கிக் காட்டியுள்ளான். ஆண்டாளும் திருப்பாவையில் இக்காட்சிகளைப் பாடியுள்ளார். எனக்குக் குழிகளில் உள்ள பால் கட்டிகளைப் பார்த்ததும் கம்பன் பாடலும், ஆண்டாள் பாடலும் மனதில் வந்து போக உதடுகள் மெல்ல பாடல்களை உச்சரித்துப் பாடின, மனம் கவர்ந்த காட்சி மனதில் நிறைந்தது. முத்தன் “சாமி வாங்க வாங்க” என்றான். விரைந்து சென்றேன். இரண்டு குறுமரங்களுக்கு இடையே அகப்பட்டுக் கொண்ட ஒரு ஆட்டுக் குட்டி வெளியேற இயலாமல் தினறிக் கொண்டிருந்தது.

நான் ஒரு மரத்தைப் பிடித்து வளைத்துத் தொங்கினேன். அவன் குட்டியை விடுவித்தான்.

அது சோர்ந்து விழுந்துவிட்டது அதன் முகத்தில் தண்ணீர் தெளித்து தடவிவிட்டான். தன்னிடமிருந்த பால் கட்டி எடுத்து தலையைத் தூக்கிக் கைகளால் அதன் வாயைத் திறந்துத் திணித்து

ஊட்டினான். வயிறு நிரம்பியதும் ஓடிவிட்டது. "சாமி இது வரையாடு சரிவான பாறைகள் பக்கம் இது வாழும் கால் குளம்புகள் மற்ற விலங்குகள் போல இல்லாமல் மென்மையாக இருக்கும், சரிவான பாறைகளில் ஆட்களோ மற்ற விலங்குகளோ நடக்க முடியாது. இந்த வரையாடு சரிவான பறைகளை நடக்கையில் நன்குகவ்விபிடித்துக் கொள்ளும் இது அதிமாக மற்ற இடங்களில் காணமுடியாது மலைகளில் இது கூட்டமாகவும் இருக்காது இந்தக்குட்டி எப்படியோ வந்துவிட்டது. பசி ஆத்திவிட்டதாலே போயிட்டது சாமி"

வரையாடு பற்றி நன்கு விபரம் கூறிய அவனுக்கு நன்றி கூறினேன்.

அடுத்து ஆற்றங்கரை எங்கும் மூங்கில் காடுகள் மூங்கில் அரிசியும் குருத்தும் உணவாகும், எப்போதும் பச்சைப்பசேல் என்று இருக்கும்

கட்டை மூங்கில், குழல் மூங்கில் என்று பல வகை உண்டு, மூங்கில் கட்டடம் கட்டுபவர் நின்று பணி செய்யக் கட்டியிருப்பார்கள். மூங்கிலாலேயே கட்டிடங்கள் கட்டலாம், பெட்டிகள் கூடைகள் செய்யவும், தனியாகவும் கட்டவும் மூங்கில் பயன்படும்.

சீனா போன்ற நாடுகளில் இதன் உபயோகம் அதிகம், போகும் வழியில் இரு பாறைகளுக்கு இடையில் ஒரு குறுமரம். அதன் கிளைகளில் சின்னசின்னத் துண்டுகளாக ஏதோ தொங்கின.

"சாமி இதம்பேரு கோமணம் தூக்கி மரம், இந்தப்பக்கம் உள்ள மலசாதி சனங்க தங்களுக்கு சாப்பாடு வேணு முன்னும். கண்ணாலம் வேனு முன்னும் கும்புட்டு அவங்ககட்டியிருக்குற கோமணத்துணியில ஒரு துண்டு கிழிச்சி இதுல கட்டுவாங்க அவனும் அதுபோல கட்டினான்.

நானும் என்துண்டில் ஒரு பகுதி கிழித்துத் தந்தேன். நாங்கள் அடுத்து அங்குள்ள மலைவாழ் மக்கள் வசிக்கும் சாலக்குச்சென்றோம்.

மையத்தில் ஒரு பெண்படுத்து இருக்க, அவர்கள் சுற்றிலும் அழுது கொண்டிருந்தார்கள். அப்படியும் வாங்க வாங்க என்று எம்மை வரவேற்றார்கள்.

அந்தப் பெண் பசியால் மயங்கியிருக்கிறார். தெரிந்ததும் முத்தன் தன்னிடமிருந்த பால்கட்டிகளை எடுத்துத்தர அதை அவளுக்கு ஊட்ட அவள் மெல்ல அசைந்தாள்.

நான் என்னிடமிருந்த ரொட்டிகள், பிஸ்கட்டுகள், நிலக் கடலைபையுடன் தந்து சாப்பிடக் கூறினேன். அனைவரும் தின்றனர் தண்ணீர் குடித்ததும் உற்சாகமடைந்தனர்.

“சாமி நீங்க ரெண்டு பேரும் எங்க எல்லாரின் பசியையும் போக்கிட்டீங்க மொதல்ல ஒரு பொண்ணின் உசுர காப்பாத்திட்டீக நீங்க சாமியா வந்திருக்கிங்க உங்கள கும்புடுறோம்” என்றனர். பரவாயில்லே அமைதியா இருங்க பேசலாம்’ என்றேன்.

3. புலர்விடியல்

மலை ஏறி நிலப்பாறை எஸ்டேட் ஏலத்தோட்டம் வந்துவிட்டேன். தோட்டத்தைக் கண்டதும் மனம் மிகவும் சங்கடப்பட்டது. எவ்வளவு வளமான ஏலத்தோட்டம் பாதிக்கு மேல் ஏலச்செடிகள் காய்ந்து சருகாகி இருக்கின்றன.

உலக அளவில் தென் தமிழக மலைகளில் விளையும் ஏலம் தரமானது என்று கேள்விப்பட்டேன். ஒரு தோட்டத்திற்கும் சாலை வசதிகள் இல்லை. ஒற்றையடிப் பாதையில் கரடுமுரடான இடங்களில் ஏறிச்செல்ல வேண்டும்.

நகரத்தில் புதிய தொழிற்சாலைகள் வந்து கிராமங்களில் வீடுகளுக்கே வேன் வந்து தொழிலாளர்களை ஏற்றிச் செல்கின்றனர். இந்தச் சூழ்நிலையில் மலையேறி வேலை பார்க்க யார் வருவார்கள்.

ஆக பல தோட்டங்கள் வேலையாட்கள் கிடைக்காமல் தோட்ட உரிமையாளர்கள் தோட்டத்தையே கவனிக்காமல் வேறு வழியின்றிவிட்டு விட்டனர்.

இந்தத் தோட்ட உரிமையாளர்கள் இரு சகோதரர்கள் வேறு மாநிலங்களில் பிள்ளைகள் வேலை செய்ய இவர்கள் அங்கு சென்றுவிட்டனர். தோட்டமே வேண்டாமென்று. கிராமங் களிலிருந்து திருடர்கள் இரவில் வந்து காய்கள் பறித்துச் சென்று விடுகிறார்களாம். களை எடுக்காமல், தண்ணீர் பாய்ச்சாமல் பாதி செடிகள் பட்டுப்போயின. தொழிலாளர்களுக்கான வீடுகள், காய் பாடம் செய்யும் சூட்டறை, ஏஷண்ட் ஜாகை எல்லாமே வெறுமையாக கிடக்கின்றன. ஏலக்காய் கிலோ பல ஆயிரம் என்று விலையும் அதிகரித்துவிட்டன. எந்தப் பயனும் இல்லையே'

அடுத்த மலை இறக்கத்தில் வாழும் ஆதிவாசிகளைப் பார்க்கலாம் என்று வந்தேன்.

அங்கு வாழும் தின்னனை நிலாப்பாறை உச்சியில் வந்து இருக்குமாறு சொல்லி அனுப்பியிருந்தேன்.

தோட்டத்தை ஒருமுறைப் பார்த்து மேலே ஏறலானேன் கண்கள் பனித்தன. மேலே ஏறி "தின்னா" என்று பலத்த சத்தமிட்டேன், எதிரொலியாக 'தின்னா' 'தின்னா' என்று பல குரல்கள் எழுந்தன.

"வாங்க சாமியோய்" என்று பெண் குரல் வந்தது.

"நான் கல்லால மரத்தடியில் நிக்கேன்" மறுபடியும் குரல். ஒரு பாறைக்கடவைக் கடந்து கல்லால மரத்தடி சென்றேன். "கும்புடுதேன் சாமிகளே" ஒரு பெண் வணக்கம் தெரிவித்தாள். "என்னம்மா தின்னனை எங்கே" என்று கேட்டேன். "சாமி உடம்புக்கு முடியாம இருக்கான் எங்கிட்ட சாமி வாராக போயி அழச்சிட்டு வந்திருன்னான் அதா வந்தேன்". "ஓம் பேரு என்னம்மா?"

"காளி சாமி"

காளி அழகானவள் தான், ஊர்ப் பெண்களைப் போல தன்னை அலங்கரித்துக்கொள்ளத் தெரியாமல் காட்டுவாசியாக இருக்கிறாள்.

"காளி எனக்கு பாதை மாறிப் போயிருமுன்னுதா தின்னனை கூப்பிட்டேன்".

"சர்தான் சாமி உடம்பு முடியாமை தான என்ன அனுப்பினா "நா ஒங்களை பாதவழி கூட்டிப் போவேன் சாமி" என்றாள். ஒரு பிஸ்கட் பாக்கெட் எடுத்து அவளிடம் தந்தேன்.

அவள் தின்றவாறே முன்னால் சென்றாள். அது அடர்ந்த வனம் தூரத்திலிருந்து விலங்குகள் பறவைகள் சத்தம் கேட்டன.

எங்கும் பச்சைப் பசேல், வேறொன்றும் தெரியவில்லை.

மரங்களின் மேல் மந்திகள், அணில்கள் சத்தமிட்டவாறே வந்து போய்க்கொண்டிருந்தன.

வனத்துக்குள் வெயில் தெரியாமல் மரஇலைகள் ஊடாக வெள்ளிக் கம்பிகளை நட்டு வைத்தாற் போல ஒளிக்கதிர்கள் பரவி இருந்தன. மேகங்கள் வந்து மறைப்பதும் விலகுவதுமாக இருந்தன. திடீரென்று ஏதோ சத்தம்.

காட்டுக்கோழிகள், மயில்கள், முயல்கள் எதிரிலிருந்து ஓடி வந்தும் பறந்து வந்தும் பெரும் சத்தமுடன் எம்மைக்கடந்து சென்றன. காளி நின்றாள்.

"சாமி வாங்க ஏதோ ஒரு மிருகம் இதுகள துரத்தி வருது போல நாம பாறக் கடவுல ஒளிஞ்சிகிருவோம் என்றுகூறிப் பிளந்திருந்த

பாறையில் உள்ளே சென்றாள். என்னையும் கையைப்பிடித்து இழுத்து தன்னோடு சேர்த்து அனைத்துக்கொண்டாள். ஏதோ மிருகம் ஓடுவது தெரிந்தது என்ன என்று தெரியவில்லை. சிறிது நேரம் கழித்து அவள் கைகளை எடுத்துக் கொண்டு "சாமி பாதக்கிப் போங்க" என்று தள்ளினாள் வெளியே வந்தேன். காடு ரெம்ப அமைதியாக இருந்தது.

"சாமி போனது புலியோ ஓநாயோ தெரியல நாம பாதயில நின்னுருந்தா ஆபத்தா போயிருக்கும் சாமி அதான் நீங்க பயப்படக் கூடாதுன்னு தான் என் அப்பாவா நெனச்சி உங்கள இழுத்துகிட்டேன் என்னை தப்பா நெனச்சிடாதீங்க" "இல்லம்மா நீயும் எம் பொண்ணு மாதிரின்னு தான் நெனச்சேன்".

நடந்து கொண்டே பேசிக்கொண்டு போனோம்.
'காளி உனக்கு பாட வருமா'
"வருமே சாமி"
'எங்கே ஒரு பாட்டுத்தான் பாடேன் கேட்போம்'
"சரி சாமி" என்று அவள் பாடினாள்
"ஆலமரத்துப் பொந்துல
ஆந்தை ஒன்று முழிக்குது
ஏலே மாமா அது போல
என்னைப் பாத்து முழிக்கிறே
வனத்துலயே
நீதான் வீரன்னு
நெனச்சி நானும் சொல்லிட்டேன்
நீமக்கு மாமாவா திரியிரே
பச்சைக் கிளி ஒன்னு
உன்னைச் சுத்திவாரத
நிச்சயம் நீ பாக்கலியா
என்னய பத்தி எப்ப புரிஞ்சுக்குவே"
'அடடா அருமையா பாடுறயே உனக்கு யாரு சொல்லித் தந்தா'
"சாமி ஏதோ வாயில வந்தத பாடுனேன் இதப்போயி யாரு சொல்லித்தருவா".

ஒரு காட்டுப்பெண் அருமையாக எதுகை மோனையோடு பாடுறா, யாரும் சொல்லித்தரவில்லையாம் நம் அருந்தமிழின் ஆற்றலை எண்ணி வியந்தேன்

'ஆமா உன் மாமன் யாரு?'

“அங்க கெடக்கான் ஒருத்தன் அதவிடுங்க சாமி”

எதிரே ஒரு எருமைமாடு வந்தது அவள் குனிந்து கீழே கிடந்த செத்தைகளை குவித்து இடுப்பில் இருந்த தீப்பெட்டி எடுத்து பத்தவைத்தாள் குபு குபு எனத் தீ எரிந்தது. எருமை திரும்பி ஓடியது.

நாங்கள் நடந்து சென்றுகொண்டிருந்தோம்.

“சாமி தள்ளி வாங்க” என்றாள் எனக்குப் புரியவில்லை ஒரு இடத்தில் மணலில் கால் வைத்ததும் சதசதவென உள்ளே சென்றது. இந்தக் காலை தூக்கினால் அந்தக் கால் உள்ளே செல்ல அதைத் தூக்கினால் இந்தக்கால் உள்ளே செல்ல முழங்கால் அளவு இரண்டு கால் இந்தக் கால்களும் மணலில் புதைந்தன. ‘சாமி’ என்று ஓடிவந்து என் இரண்டு கைகளையும் பிடித்துத் தூக்கினாள். என்னைத் தூக்கிய வேகத்தில் அவள் தெபீர் என விழுந்தாள். அது புதை மணல் ஆளை உள்ளே இழுத்துவிடும் அவள் பாதி உடல் மணலில் கிடந்தது. பாதையிலும் இடுப்புக்குமேல் புதை சீலை அவிழ்ந்து பறந்தது வெற்று உடம்பாய் படுத்திருந்தாள். நான் அவள் கால்களைப் பிடித்து வெளியே இழுத்துவிட்டுத் தூக்கி ஒரு பாறையில் உட்காரவைத்தேன். பையில் இருந்த எட்டு முள வேட்டியை தந்து ‘காளி இதை சரியா உடுத்திக்கோ’ என்றேன் அவள் கோவென அழுதாள்.

“சாமி நீங்க என்னை அம்மனமா பாத்திட்டேகளே நான் இப்படியே புதமனலலு விழுந்து சாகப் போறேன்”

“ஏய் அறிவு கெட்டவளே இது எதேச்சயா நடந்தது நீ வேணுமுன்று செய்யல, நவேனுமின்னு பாக்கல்லை, முதல்ல இந்த வேட்டிய சுத்தி மேலயும் போட்டுக்ககோ பெத்தபுள்ள கைப்புள்ளைய அம்மனமா பாக்கயிலே மனசு எப்படி இருக்கும் அப்படித் தான் நான் பாத்தேன், நீ எங் குழந்த மாதிரின்னு நெனச்சிதா வேட்டியகுடுத்தேன்

“இல்ல சாமி நான் அதுல விழுந்து சாகனும்” எழுந்தாள் நான் அவளைத் தூக்கி தூரத்தில் இறக்கினேன்.

அவள் சமாதானம் அடையவில்லை .

நான் அவள் தலையில் அடித்து இந்தாபாரு எம்ம புள்ள மேலசத்தியம் உன்ன நா தப்பா பாக்கல பேசாம என் வேட்டிய உடுத்திக்கிட்டு நட இல்லே கோபத்துல புள்ளைய அடிக்கிற மாதிரி உன்னஅடிப்பேன்”.

அவன் தயங்கியவாறே மரத்து மறைவில் சென்று வேட்டியை ஒரு சுற்றுக்கட்டி மீதித் துணியை மேலே போர்த்தித் கொண்டு நடந்தாள்.

நாங்கள் ஆதிவாசி மக்கள் வாழும் சாலக்கிப் போனோம் அங்கே நாட்டாமை ஒரு பாறையிலும் மற்றவர்கள் கீழேயும் அமர்ந்திருந்தாங்கள்.

“என்ன காளி சீலய எங்க ஏன் இப்படி இருக்கே”?

“ஐயனே மரக்கிளை சீலய கிழிச்சிடிச்சி, சாமிதான் வேட்டியத் தந்தாக நான் அதயே உடுத்திகிட்டேன்.

நான் கொண்டுபோன ரொட்டி பிஸ்கட்டுகளை அவர்களுக்குத் தந்தேன் அனைவரும் தின்றோம்.

“நாட்டாமை நா ஒரு ஐடியாவோடு தான் இங்க வத்திருத்கேன் இப்ப வன அதிகாரிங்க ஏதாவது வேல சொன்னா செய்விங்கதானே.”

“ஆமா சாமி நல்லாவே வேல செய்யவோம்”

“இப்ப உங்க எல்லாரையும் கூப்பிட்டுக்கிட்டு தான்றிக்குடி பாரஸ்ட் ஆபசர பாக்கப் போறோம் உங்க எல்லாருக்கும் ஏலத் தோட்டத்துல வேல போட்டுதரச் சொல்லப்போறேன். அங்கே உள்ள வீடுகள்ள தங்கி சம்பளத்துல கேப்பை, சோளம் தானியம் வாங்கி அங்கேயே சமைச்சு சாப்புட்டு இரவுல சீமஎண்ண விளக்கேத்தி வச்சி வீடுகள்ள வசிக்கிறப்பல கேட்கப் போறேன் உங்களுக்கு சம்மதமா?”

“என்ன சாமி இப்படி கேட்டுப்புட்டீக இது சாமி குடுத்தவரம் போல இல்ல இருக்கு. நித்தம் கெழங்கு சாப்புட்டு அறப்பட்டினி கெடக்கோம் வீட்டுல வாழுற பாக்கியம் கிடைக்குமா சாமி உங்கள எங்க குலசாமியா கும்புடுவோம் சாமி” என்றார். ஒரு இருபத்தைந்து பேருடன் தான்றிக்குடி வன அலுவலகம் போக நீண்ட வனப்பகுதி படுகை ஆறு கடந்து சென்றோம்.

அங்கே பாரஸ்ட் ரேஞ்சர் அமர்ந்திருந்தார்.அவரிடம் என்னை அறிமுகப்படுத்திக் கொண்டேன். மலைவாசி மக்கள் வெளியே இருக்க வைத்திருந்தேன். அலுவலரிடம் ஏலத்தோட்ட சூழ்நிலை, வேலைக்கு ஆள் கிடைக்காமல் பாதையில்லாததால் தோட்டங்கள் காய்ந்து வருவதைச் சுட்டிக்காட்டி கொஞ்சம் விளைச்சலையும் ஊரிலிருந்து வரும் திருடர்கள் பறித்துச் செல்வதையும் கூறி, தோட்ட கூலியாட்கள் வீடுகளில் மலைவாழ் மக்களை இருக்க

வைத்து அவர்களையே பழம் எடுக்க வைத்து ஓரளவு கூலி தந்தால் அதனால் கேப்பை, சோளம் வாங்கி அவர்களே சமைத்து உண்டு வேலை செய்வார்கள். உணவுக்கான கூலிகிடைத்தாலே போதும் வாரம் ஒரு நாள் இருவரை அனுப்பி ஊரில் கடையில் கேப்பை, சோளம், மண்ணெண்ணை, காய்கறிகள் வாங்கி வரச் செய்யலாம். ஏலக்காய்கள் எடுத்து உங்களிடமே தரலாம். நீங்களே அவர்களுக்கு கூலியும் கொடுக்கலாம் ஏலத்தைப் பதப்படுத்த ஏற்பாடு செய்யலாம். இவர்களை வேலை வாங்க சம்பளம் தர மட்டும் ஒருவரை நீங்கள் ஏற்பாடு செய்யலாம்.

தோட்ட உரிமையாளர்கள் தோட்டமே வேண்டாம் என்றுகூறி சென்றுவிட்டனர்". என்ற விபரங்கள் கூறினேன்.

"நல்ல யோசனைதான், ஏற்பாடு செய்யலாம்" என்றார்.

வெளியே வந்தேன் விபரம் கூறினேன் அவர்கள் என்னை காலில் விழுந்து வணங்க வந்தார்கள்" வேண்டாம் என்றுகூறி அலுவலரை அழைத்தேன் அவர் காலில் விழுந்து வணங்கினார்கள்.

"இன்றே நல்ல நாள்தான் இங்கே ஒரு மூடை கேப்பை இருக்கிறது கொண்டுசெல்லுங்கள் இன்றே அந்த வீடுகளில் தங்கிக்கொள்ளுங்கள் சுற்றிலும் காய்கறிப் பயிரிட்டுக் கொள்ளலாம்" என்றார்.

மழைத்தூரல் ஆரம்பித்தது.

"தூரல் விடட்டும் குறுக்குவழி அடிவாரம் சென்று அங்கிருந்து எங்கள் ஜீப் விருதுநகர் போகிறது. உங்களை உங்கள் ஊரில் விட்டுவிடுகிறோம்" என்றார். நன்றி கூறினேன்.

பெருமழையாகப் பிடித்துக்கொண்டது. இந்த மக்களுக்கான விடியலை நினைத்து மனம் மகிழ்ந்தது.

4. பசி போக்கியதற்குப் பரிசு

அந்த அடர் வனத்தில் மரம் செடி கொடிகளோடு பறவைகள், விலங்குகளும் வாழ்ந்து வந்தன. அவைகளோடு பளியர் என்ற ஆதிவாசி மக்களும் வாழ்கிறார்கள். புல்லால் ஆன குச்சில்கள் அவர்களின் வீடு குச்சிலுக்குள் தரையிலும் புல்லே. காய்கனி கீரைக் கிழங்குகளே அவர்கள் உணவு.

சிலநாட்களாக அவர்களுக்கு எந்த உணவும் கிடைக்கவில்லை, குழந்தை முதல் கிழவர் வரை பட்டினி, பட்டினிதான்.

பொன்னனும் வகுரனும் ஒற்றைச் சரத்தில் போய்க் கொண்டிருந்தார்கள். மேலும் கீழும் சுற்றிலும் பார்த்துக்கொண்டு நடந்தார்கள். பொன்னன் கையில் ஈத்தை முனையில் தீ வைத்து பந்தம் போல பிடித்துக் கொண்டு போனான் தீயைக் கண்டால் எந்த விலங்கும் ஓடிப்போகும்.

பொதுவாகவே மலைமக்களை வாடை கண்டே விலங்குகள் ஒன்றும் செய்யாது இருப்பினும் ஒரு அவசரத்துக்காக பந்தம் கொண்டு சென்றனர்.

பொன்னன் பாடினான்

“அஞ்சடி குச்சிலுலேஆத்தா
அஞ்சாரு பேரிருக்கோம்
கஞ்சிக்கும் வழியில்லேசாமி
கட்டிக்கத் துணியுமில்லே
கிழங்கு, கீரை, பழம்
கிடைக்கவும் இல்லையாத்தா
கலங்கிப் போச்சி பொழப்பு
கருணை காட்டு தாயே”

எங்கிருந்தோ பதில் பாட்டுச் சத்தம் கேட்டது.

“மலசாதிக்காரன் தாண்டாமச்சான்
மனசு கலங்கலாமா?

மேலும் தேடு கிடைக்கும்
மீசைக்கார மச்சான்.
தூர வனம் போடா
தேடியே சுத்தி வாடா
ஆயிரம் உசுரு வாழும் போது
ஆம்புள நீ கலங்கலாமா”
“அண்ணே குஞ்சு தான் பாடுதாளா”

“யப்பா இப்ப நாம வயித்துப் பாட்டுக்குப் பசிப்பிரச்சினையில இருக்கோம். யாரு பாடுனா என்ன பேசாம வாப்பா சுத்தி முத்தும் பாத்துக்கிட்டேவா”

பாதையில் வேர்களும் உருட்டுக் கற்களுமாக இருந்தன. இரண்டு பக்கமும் முள் கொடிகள் உடம்பைக் கீச்சி விடும். ஆங்காங்கே உள்ள பாறைகள் விலங்குகள் போல காட்சியளித்தன.

மரங்களின் இலைகள் பல்வேறு வண்ணங்களில் அதுவும் புதிய பூக்களைப்போல காட்சியளித்தன. மேகச்சிதறல்கள் வந்து சில வேளைகளில் வனத்தையே மறைத்தன. மெல்லிய தூரலும் விழுந்தன. மரங்களின் மேல் குரங்குகள் கத்தியபடி போய்க்கொண்டிருந்தன. பெரிய மலையணில்கள் கத்திக்கொண்டு போனது அதன் கத்தலுக்கு தக்கவாறு அதன் நீண்ட வால்கள் மரக்கிளையில் தட்டித் தாளம் போட்டன.

காய்ந்த சருகுகளில் கால் வைத்ததும் கட்டியிருந்த தண்ணீர் வெளியேறியது அட்டைப் புழுக்களும் விரல் நீள உடலை ஒரு பக்கம் தரையில் ஒட்டியவாறு நீட்டி ஆட்டிக்கொண்டிருந்தன அருகில் மனிதரோ விலங்கோ வந்தால் ஒட்டிக் கொள்ளும் இரத்தம் உறிஞ்சி ஈர்க்குபோல இருந்த உடல், நம் விரல்போல பருத்துக் கீழே விழுந்துவிடும். அட்டைகள் கடிப்பது நமக்குத் தெரியாது. இரத்தம் வடிவதைப் பார்த்துத்தான் தெரிந்துகொள்ள முடியும்.

இவர்கள் ஒரு இடத்தில் தோண்டிப் பார்த்தனர். கடப்பாறை கம்பி போல கம்பில் செய்து அதால் தோண்டுவார்கள். சின்னக்கைக் கோடாரியும் வைத்திருப்பார்கள்.

தோண்டிய இடத்தில் ஒன்றும் இல்லை எனத் தெரிந்து அடுத்து நடந்தனர். ஒரு வாய்க்காலைத் தாண்டியதும் அடுத்தமலை குறிப்பாக கவனமாகப் பார்த்துக்கொண்டே நடந்தனர்.

“அண்ணே இங்கே பாரு சக்கரைவள்ளிக் கொடியிருக்கு இங்க தோண்டுனா கிழங்கு இருக்கலாம் அண்ணே” பொன்னன் ஓடிவந்தான்.

இருவரும் தோண்டினார்கள்.

"எப்பா கிழங்கு இருக்கப்பா பெருசா இருக்கும் போல நல்லா தோண்டு" அரை மணி நேரம் தோண்டினார்கள். இரண்டடி உயரமும் ஒரு அடி சுற்றளவும் உள்ள அரியவகைக் கிழங்கு குனிந்து தூக்கி தரையில் வைத்தனர்.

"வகுரா பெரிய கிழங்கப்பா இதச்சமைக்கக்கூட வேண்டாம் அப்படியே அறுத்து பச்சையாவே சாப்புடலாம் நம்ம கூட்டத்துக்கே நாலுநாள் வரும், கனமா இருக்கும் தூக்குறதே கஷ்டம். ஆனா இன்னக்கி நம்ம சாமி கண்ணத் தொரந்திருக்கப்பா" என்றான் பொன்னன்.

"அண்ணே கொஞ்சநேரம் உட்காருவோம் அப்புறம் புறப்படலாம்"

தூரத்தில் ஏதோ பாட்டுச் சத்தம் கேட்டது பெண்குரல்

"கள்ளமரம் வெட்ட வரும்
காவாலி பயனுகளை
கொள்ளை கொண்டு போகாதோ
கூட்டமே அழியாதோ
காட்டை அழிக்கவரும்
நாட்டுப் பயலுகள
குட்டம் கொண்டு போகாதோ
கோடாரி கழுத்தை வெட்டாதோ"

"அட என்ன அருமையான பாட்டு இந்த கருத்துக்கே ரெண்டு தேன்கூடு தரலாமே"

பொன்னன் கூறியபோதே ஒரு ஆணும் பெண்ணும் இறங்கி வந்துகொண்டிருந்தனர். அருகில் வந்ததும் அவர்கள் அடுத்த மலைப் பளியர்கள் என்று தெரிந்தது.

"தங்கச்சி ஒம் பாட்டு தங்கம் பெறும்"

"நன்னியண்ணே" என்றாள் அவள், உடன் வந்தவன் இப்ப நாட்டாபுற ஆளுக செய்யிற கள்ளத்தனம் வனமே அழிஞ்சி போறாப்புல இருக்கே அந்த கோவத்துல வந்த பாட்டு

அதுதான் இவன் பாடுனாளா?
"ஆமா இதென்ன கிழங்கு"
"நாங்கதான் தோண்டி எடுத்தோம்"

"இது எங்கவனம் எங்களுக்குத் தெரியாமெ இங்க எதுவும் எடுக்கக் கூடாது தெரியாதா?"

"தம்பி கேளு எங்க சனம் மூனுநாளா செமபட்டினி எதுவும் கிடைக்கலே அது தான் இங்கவந்தோம்"

"சரிசரி பட்டினின்னு சொல்லிட்டீக பசிக்கொடுமை எனக்கும் தெரியும், அதால நீங்க தாராளமாக கிழங்கை எடுத்திட்டுப் போங்க இனிமே எங்கள கேட்காம எங்க காட்ல எதுவும் எடுக்காதீங்க"

அவர்கள் பேசிக் கொண்டிருந்த போது தூரத்தில் மரம் வெட்டும் சத்தம் போல கேட்டது.

அவர்கள் உன்னிப்பாகக் கேட்டனர்.

"சரி வாங்க வடக்கு பக்கம் இருந்து சத்தம் வருது போயி பாக்கலாம் கெழங்கு இருக்கட்டும் வந்து எடுத்துக்கலாம்"

நான்கு பேரும் வடக்குப் பக்கமாக நடந்தனர்.

பாதையெங்கும் வெடிப்பலா காய்கள் வெடித்துச் சிதறியிருந்தன கால்பட்டால் முள்ளாக குத்தும் அவர்கள் பார்த்து நடந்தனர்.

ஓரிடத்தில் சந்தனமரங்கள் இருந்தன. இரண்டுபேர் கோடாரிகளுடன் வெட்டுவதற்குத் தயாராயினர்.

ஒருவர் மேற்பார்வையாளராக நின்றிருந்தார். இவர்களைப் பார்த்ததும்

"யாரு நீங்க?" என்றனர்.

"நாங்கயாருங்குறத இருக்கட்டும் மொதல்ல நீங்க யாரு எதுக்கு மரம் வெட்ட வந்தீக அதுவும் சந்தன மரம் இப்ப நாங்க ஒரு விசிலடிச்சா பாரஸ்ட் அதிகாரி ஓடியாருவாரு போன மாசம் நாலு பேரை புடிச்சித்தந்தோம் பத்து வருசம் செயில்ல போட்டாச்சி. இப்ப விசிலடிக்கட்டுமா?

"தம்பிகளா வேண்டாம்பா ரெண்டு கோடாலியும் இப்படியே போட்டுப் போயிடறோம் எங்களுக்கான சாப்பாடு பொட்டலங்க இருக்கு அதுவும் வச்சிட்டு போயிடுறோம் நீங்க பாரஸ்ட் ஆபீசர கூப்புடவேண்டாம்" அவர்கள் விடுவிடு என்று கீழே இறங்கி நடந்தனர்.

"சரி சரி நீங்க இந்த கோடாலிகளை எடுத்துக்கோங்க பாரஸ்ட் ஆபீஸ் உங்க சால பக்கம் தான் அங்க வந்துட்டு விபரம் சொல்லி இந்த இடத்தையும் அடையாளம் சொல்லுங்க நீங்க அங்க போனதும் ஒரு விசில் குடுங்க. நான் இந்த ஆத்துல கிழங்கை தள்ளிடுறேன்

கொ.மா.கோதண்டம்

அது மிதந்துகிட்டே உங்க பக்கம் வரும் எடுத்துக்கலாம் அப்படியே இந்த சோத்துப் பொட்டலங்களும் எடுத்துப் போங்க இன்னொரு நா சந்திப்போம் “அவர்கள் புறப்பட்டனர்.

“சரி தம்பி உன் உதவிக்கு நன்னி இந்தப் பொன்னுக்கும் நன்னி. உங்கள மறக்கமாட்டோம்” அவர்கள் சென்றுவிட இவர்கள் கோடாலிகளுடனும் சாப்பாட்டுப் பொட்டலங்களுடனும் இறங்கினார்கள்

அவர்கள் பாரஸ்ட் அலுவலகம் சென்றனர் நடந்ததை விபரமாக கூறி மரம் வெட்டிய இடத்தையும் அவரிடம் கூறினார்கள்.

“பொன்னா ரெம்ப நன்றிப்பா நான் இப்பவே அந்த இடம் போயி வெட்டிய அடையாளமுள்ள சந்தன மரத்தைக் கேமிராவுல படம் எடுத்து நான் பிடிக்கப் போனதில் தப்பி ஓடி விட்டாங்கன்னு ரிப்போட் எழுதப்போறேன்.

உங்க ரெண்டுபேருக்கும் ஆளுக்கு ரெண்டு படி அரிசிபையில தாரேன். எடுத்துட்டுப் போங்க” என்றதும் இருவரும் அரிசியை பெற்றுக்கொண்டு குச்சில் நோக்கி நடந்தார்கள். கிடையில் ஆத்தங்கரையில் உட்கார்ந்து விசில் அடித்தனர். எதிர் விசில் சத்தமும் கேட்டது.

“பொன்னண்னோ கெழங்கு அவன் போடாம எடுத்துப் போயிட்டா”

“வகுரா” பதில் விசில் சத்தங்குடுத்தான் கவனிச்சியா பளியன் களவானித் தனம், பொய், இதெல்லாம் செய்யமாட்டாம்பா என்ன கெழங்கு இடையில் பாறையிலதட்டி நின்னுட்டா கொஞ்சம் தாமதமாகும் எப்படியும் அனுப்பிடுவான்”

அவர்கள் விழுந்து கிடந்த ஒரு பட்ட மரத்தை இழுத்து ஆற்றில் குறுக்கே போட்டனர். கிழங்குஅதில் தட்டி நிற்கட்டும் என்று சிலு சிலுவென்று தூரல் விழுந்தது அவர்கள் ஒரு மரத்தமடியில் ஒதுங்கினர் உள் காட்டில் மழை பெய்திருக்கும் போல ஆற்றில் தண்ணீர் அதிகம் வரத் தொடங்கியது.

“அந்தா வருது” வகுரன் கூச்சல் போட்டான்.

மரத்தில் தட்டி நின்ற கிழங்கு டக்கென அடியில் முங்கி தண்ணீரில் இழுத்துச் செல்லப்பட்டது.

இருவரும் தண்ணீரில் குதித்தனர்.

"இழுத்துச் செல்லப்பட்ட கிழங்கு ஒரு பாறையில் தட்டி நின்றது. இருவரும் நீந்தி அங்குச் சென்று, இருவரும் ஒவ்வொரு கையைக் கிழங்கைப்பிடித்து இழுத்துக் கரையேறினார்கள்.

வேட்டி துண்டுகளைப் பிழிந்து உடல் துவட்டி உடுத்திக் கொண்டு கிழங்கை வகுரன் தலையில் தூக்கியவாறு இருவரும் குச்சில்கள் பக்கம் சென்றனர்.

அங்கே பளிய மக்கள் அனைவரும் கூடி ஆரவாரமாக இருந்தனர்.

இரண்டு பெண்கள் பாடினார்கள்.

"குஞ்சியக்கா ஆளாயிட்டா

கூடி நாம் வாழ்த்திடுவோம்

நெஞ்சிலே எவனிருக்கானோ

சேத்து நாம வச்சிடுவோம்"

பெண்கள் குஞ்சியை அழைத்துச்சென்று ஒதுக்கப்பட்ட குச்சிலில் உட்காரவைத்தனர்.

கிழங்கு எடுத்து வந்த இருவரும் நாட்டாமையிடம் கிழங்கு, அரிசியை எடுத்து முன்னால் வைத்தனர்.

நாட்டாமையிடம் நடந்ததை கூறினார்கள்.

நாட்டாமை எல்லோரையும் அழைத்தார்.

"அன்பான என்பளிய மக்களே நம்ம பளிச்சிச் சாமி அருளாலே பொன்னனும் வகுரனும் வனமெல்லாம் சுத்தி வந்துள்ளனர். இதை அறுத்து பச்சையாவே திங்கலாம். ஒரு நாலு நா பசியாத்திக்கிடலாம். அதோடு பாறஸ்ட் ஆபிசுல மரம் வெட்டியவர்களைப் பற்றி சொல்லி நாலுபடி அரிசியும் கொடுத்திருக்காங்க எல்லாரு சார்பிலயும் இவங்களுக்கு நன்னி இன்னக்கிப் பாத்து குஞ்சிப் பொண்ஹ ஆளாயிட்டா அவ சடங்கு முடிஞ்சதும் நம்ம பசியை நீக்குன பொன்னனுக்கு குஞ்சியை கண்ணாலம் பண்ணி பரிசாதருவோம் வகுரனுக்கு மொக்கையள் மக வள்ளியைக் கண்ணாலம் செய்துவைக்கலாம்"

எல்லோரும் கைகள் தட்டி ஆரவாரம் செய்தனர்.

5. பூங் கூவைக் கரம்பிடிக்க

கீழ மலையில் ஓரளவுச்சிப் பகுதியில் அறுபது ஆதிவாசிக் குடும்பங்கள் வாழ்கின்றன. அதன் ராசா நன்னன். ராசா என்றால் அரண்மனை என்றெல்லாம் இல்லை. எல்லாம் புல்லாலான குச்சில்களே, தலைவன் என்பதையே அவர்கள் ராசா என்கிறார்கள்.

அதுமேல மலையிலும் அதன் ராசா மல்லன்.

இரண்டு அரசுகளுக்கும் சுமார் முப்பது பேர் வீதம் படை வீரர்கள் இருக்கிறார்கள். முக்கிய ஆயுதம் ஈட்டிதான்.

மலைக்கு உரிமையுடைய குறுநில மன்னர்களோ, 'ஆதிவாசிகள் தானே' என்று விட்டுவிடுகிறார்கள்.

படை வீரர்கள் என்றால் பிரச்சினை வரும்போது மட்டுமே, ஈட்டியுடன். மற்ற நேரங்களில் உணவுத்தேடி ஆண்கள் அனைவரும் காய், கனி, கீரை, கிழங்கு, தேன் அவற்றைச் சேகரித்து எடுத்து வந்து பங்கிட்டு உண்பார்கள்.

ஒரு பகுதி நிலத்தைக் கொத்தி கேப்பை, சோளம் விளதத்து, விவசாயம் செய்வார்கள்.

கீழமலை வீரர்களில் முக்கியமானவர்கள் வேலன், புலியன், காடன்,முக்கிய இளைய பெண்கள் பூங்கூ, குயில், பொன்னி, மற்றும் பெரியவர்கள் சிறுவர்கள், மேலமலை ராசா மல்லன் முக்கிய இளைஞர்கள் தெக்கன், மலையன், மாடன், இளையபெண்கள் பூவிழி, கன்னி,

உணவு நன்றாகக் கிடைக்கும் சமயம், கேப்பை, சோளம் நன்றாக விளைச்சல் தரும் சமயம் ஒன்றுகூடி பளிச்சி சாமிக்குப் பொங்கல் வைப்பார்கள். ஓரளவுப் பகையே என்றாலும் விருந்துக்கு ராசாவை அழைத்துக்கொள்வார்கள்.

மேலமலை அரசன் தவறு செய்தவனை மண்டியிடச் செய்து தன் காலை அவன் தலையில் வைத்து வாழ்த்துவதே வழக்கமாக வைத்திருந்தான்.

ஆற்றங்கரைகளில் மூங்கில்கள் அதிகம் விளையும். மூங்கில் அரிசியும் உணவாகும்.

ஒரு நாள் பூங்கூவும் பொன்னியும், பொன்னி மூங்கில் அரிசி எடுக்கச்சென்றனர். அடிக்கடிப் பொய் பேசுவாள். மூங்கிலின் இயல்பு குளிர் வேளையில் கிளைகள் வளைந்து தாழ்ந்து இருக்கும். வெயிலில் நேராகிவிடும் சாப்பிட இருவரும் அவித்த கிழங்கைத் துணியில் கட்டி எடுத்துச்சென்றனர். வளைந்தகிளைகளில் அரிசி சேகரித்தனர்.

“பொன்னி, கிழங்கை மூங்கில் கிளையில் கட்டிவைப்போம்” என்றுகூறி பூங்கூ இரண்டையும் கட்டிவைத்தாள்.

பொன்னி பாடினாள்,
“நீலக் கருங்குயில் தேக்கு மரத்திலே
நீதானே அழகுன்று பாடுது பூங் கூ
மேல மரத்துல அழகான ஒரு மயில்
மெல்ல நடனமே ஆடுதுபார்”

“பேசாம வேலயப் பாருடி கோபமுடன் சொன்னாள் பூங் கூ வெயிலடித்ததால் மூங்கில் கிளைகள் மேலே உயர்ந்து விட்டன.”

“பூங்கூ கிளைக மேலே போயிடிச்சி நாம எப்படி சாப்புட”

“பொன்னி மூங்கிலுக்குப் பொய் பேசறவங்களைப் புடிக்காது நீ அடிக்கடி பொய் பேசுறத தெரிஞ்சிருக்கு அதால மேலே போயிரிச்சி நீ ‘இனிமே நான் பொய் சொல்லமாட்டேன்’ என்று சொல்லு கொஞ்சநேரத்துல கிளைக தாழ்ந்திடும்”

“ஆமா பூங்கூ நான் பொய் பேசுறது இதுக்கு எப்படித் தெரியும்”

“செடிகொடி சாமி மாதிரி அதுகளுக்கு எல்லாம் தெரியும்”

“அப்பசரி, மூங்கிலக்கா இனிமெ நான் பொய் சொல்ல மாட்டேன்” என்றாள். இருவரும் ஆற்றில் குளிக்கச் சென்றார்கள் குளித்துக் கொண்டே பூங்கூ பாட்டுப் பாடினாள்.

“ஆலமரத்துக் கிளையினிலே ரெண்டு
அழகான கிளிகள் இருக்குதடி இந்த
சோலயிலயே நீங்கதான் நல்ல புள்ளகன்னு
சொந்தமாப் பாட்டுப் பாடுதடி”

“என்ன பூங்கூ இப்பதானே சொன்னே என்னப் பொய் சொல்றவன்னு”

“நீ தான் இனிமே பொய் சொல்லமாட்டேன்னு சொல்லிட்ட யில்லே அதான் நல்ல புள்ளங்கன்னு பாடுது.

வெயில் தாழ்ந்து மெல்ல குளிர்ந்ததும் மூங்கில் கிளைகள் வளைந்து தாழ்ந்தன.

இருவரும் கிழங்கு கட்டியதை அவிழ்த்துச் சாப்பிட்டனர் பின் சாலைக்குப் புறப்பட்டனர்.

அன்று கீழ மலையின் மேலச்சரிவில் அந்த மக்கள் கிழங்கு காய், கனிகள் சேகரித்துக் கொண்டிருந்தனர். மேல மலையின் கீழச்சரிவில் அப்பகுதி மலை மக்கள் உணவுவகைகளை சேகரித்துக் கொண்டிருந்தனர். கலகலப்பாகப் பேசிக்கொண்டும் பாடிக்கொண்டும் பணிசெய்து கொண்டிருந்தனர்.

பலமாகப் பேசினால் ஓரளவு அடுத்த பகுதியில் கேட்கும். மேல மலையிலிருந்து ஒரு பாட்டுச் சத்தம் கேட்டது.

“கடிக்க வந்த கரடிதனை
கம்பாலே அடிச்சவன் நீ
புடிக்க வந்த புலியதனை
பிறம்பாலே துரத்தினவன்
ஆம்புள ஆளுகள்ள
நீ தாண்டா மீசைக்காரன்
ஓங்கையி தாலிதானே
எங்கழுத்தில் ஏறவேணும்”

பலத்த கைத்தட்டல் சத்தம் கேட்டது.

“யாரு பாடுனா யாரைப்பத்தி பாடுனா”

குயிலி கேட்டாள்.

“யேய் யாரு பாடுனா என்ன? யாரப்பத்திபாடுனா என்ன? நீங்க பதில் பாட்டு யாராச்சும் பாடுங்களேன்”

உடனே குயிலி பாடினாள்.

“வாடாத முல்லையும் உன்போல வாசனை
எனக்கு இல்லையேன்னு வாடுதடி
தேடிவருபவன் உன்னைக் கண்டதுமே
திக்குத்தெரியாமை ஓடிடுவான்”

எல்லோரும் ‘கலகல’வெனச் சிரித்தார்கள்.

அடுத்து பொன்னி பாடினாள்.

“கோடி சனத்துல நீ தான் அழகுன்னு
கொழுந்தனே எனக்கும் தெரியுமடா
கூடி வல்லே கண்ணால ஆசையும்

கூடி வரும்போது பாக்கலாண்டா”

உடனே புலியன் “அப்படியாருடா சொல்லுங்கடா”

“யாருமில்லே கற்பனைதான்” என்றான் காடன்.

வேலன் பாடினான்.

“மழவருது மழவருது கூடிப்போவோண்டா
மழயிலமாயப் பொண்ணை தூக்கி ஓடவா
ஆத்து வெள்ளம் ரெண்டு பேரையும் இழுத்துபோகுமே
இழுத்துப்போனா கெழுத்தி மீன கடிச்சித்திங்கலாம்”

எல்லோரும் சிரித்தார்கள், தூரலில் நனைந்துகொண்டே புறப்பட்டனர்.

அன்று மேலமல ராசா மல்லன் கீழமலை ராசா நன்னனைப் பார்க்க வந்தான். நன்னன் ஒரு பாறையில் அமர்ந்திருந்தான்.

வந்தவனை எதிரிலுள்ள பாறையில் உட்காரச் சொன்னான்.

“என்ன காரியமா வந்தது” நன்னன் கேட்டான். நேத்து எங்க வனத்துல உங்கள்ள ஒருத்தன் தேன் எடுக்க வந்தான். எங்க ஆளு சத்தம் போட்டதும் ஓடி வந்திட்டான்.

அவன் யாருன்னு விசாரிக்கணும்.”

“விசாரிச்சி என்ன தண்டனை குடுக்கப் போறே”

“வழக்கமானதுதா மண்டியிட்டு மன்னிப்பு கேட்கனும் அவன் தலையில நான் கால் வைக்கனும் எங்க வழக்கம்;.”

“யப்பாமல்லா இந்த மலைக நாட்டுக்கார சமீன்தாருக்குச் சொந்தம். மலசனங்க வனத்தைப் பாதுகாப்பாங்கன்னு நம்மல விட்டுவச்சிருக்கா”

அவக வந்து சத்தம் போட்டா நாம எங்காவது ஓடிப்போகனும் நமக்குன்று எந்தக்காடும் சொந்தமில்லே அப்படியிருக்க நீ என்னமோ. அந்த மாதிரி சமீன் தாருன்று நெனக்காதே உன் தண்டனை முறையில்லாம் சரியில்லே”

அப்போது ஒருவன் ஓடிவந்தான்,

“கும்புடுதேன் ராசா அடி வாரத்துல ஆத்துல அந்த மலை ஆளு ஒருவன் மீன் பிடிக்கத் தூண்டில் போட்டிருக்கான். கெளுத்தி மீன் அம்புட்டது, அதகூடையில போடாமெ அவரசத்துல வாயில பல்லுகளாலக் கடிச்சிக்கிட்டே அடுத்த மீனுக்குத் தூண்டில் போட்டிருக்கான். கொளுத்தி மீனு ரெண்டு பக்கமும் முள் இருக்கும்

அதுதுள்ளுனதுல இவன் வாயத்தெரந்திருக்கான் அது உள்ளபோயி தொண்டையில ரெண்டு பக்கமும் முள்ளு குத்தி நின்னுருச்சி. வாயிக்குள்ளே என்கையைக் குடுத்து மீன எடுத்தேன்.

நான் போகலேன்னா அப்படியே கொடலக் கிழச்சி அவன் செத்துப்போயிருப்பான். நான் தூக்கி பறையில படுக்கவச்சி தொண்டையில பச்சிலை தேச்சி ஆளுகள சத்தம் கொடுத்து அவனத் தூக்கிட்டுப் போயிட்டாக ராசா"

"எப்பா மல்லா இப்ப யாருக்கு தண்டனை தரப்போற"

"சரி ராசா மன்னிச்சிடுங்க நான் வேற ஒரு விசயமாத்தான் வந்தேன்"

"என்ன விசயம் சொல்லு மல்லா"

"உங்க சனத்துல பூங்கூன்னு ஒரு பொண்ணு இருக்காளாம் அவள நா கெட்டிக்க விரும்புதேன் ஒரு ராசாவுக்கு அவள கட்டி வக்கப்படாதா?"

"நீ கேட்டது சரிதான் அவள எங்க ஆளு புலியன் விரும்புதான், அவ என்ன நெனக்காளோ கேட்டுருவம் ஏய் காடா நீ போயி அவகிட்ட கேட்டிட்டுவா"

காடன் போய் சிறிதுநேரம் கழித்து வந்தான்.

"ராசா அவள கேட்டுட்டேன் நம்ம எடத்துல யானப் பாறை பக்கத்துல ஒரு குகை இருக்கில்லே அது எல்லாத்துக்கும் தெரியும் அந்த குகையில குனிஞ்சிதா போக முடியும், ரெம்ப தூரம் போகனும் உள்ளே ஒரு இடத்துல தேன் கூடு இருக்காம் அதுல போயி தேன் எடுத்துட்டு வாரவனத்தான் நாங்கட்டிக்கு வேன்னு சொல்றா உள்ளே சில சமயம் மூச்சுத்தினறல் கூட ஏற்படுமாம்"

"சரி புலியன அழைச்சிட்டுவா"

புலியன் வந்தான். அவனிடமும் இது சொல்லப்பட்டது.

"சரி ரெண்டு பேரும் நாளக்கி வாங்க பாப்போம்"

மல்லன் வீரர்களுடன் புறப்பட்டுச்சென்று விட்டான்.

மறுநாள் இருவரும் வந்துவிட்டனர். அனைவரும் குகை வாயிலை அடைந்தனர். புலியன் தண்ணீர் கொண்டுசெல்ல மான் தோலில் ஒரு பை செய்து வைத்திருந்தான். பீச்சாங்குழல் வழி அதில் காற்றடித்து நீரப்பினான் மல்லன் 'மூச்சுத்தினறல் ஏற்பட்டால் உடனே திரும்பிவிடலாம்' என்று எண்ணியே வந்தான்.

மறுநாள் இரண்டு மலை மக்களும் யானைப்பாறை குகை முன்பு கூடி விட்டனர்.

இருவரும் குனிந்தபடி உள்ளே சென்றனர்.

அவர்கள் வரும்வரை அனைவரும் காத்திருந்தனர் ஒரு மணி நேரம் கழித்து இருவரும் வெளியே வந்தனர் மல்லனை புலியன் தோளில் தூக்கி வந்தான் அவனைப் படுக்கவைத்து முகத்தில் தண்ணீர் தெளித்ததுடன் உடலிலும் தண்ணீர் ஊற்றினார்கள். சிறிது நேரம் கழித்து மல்லன் எழுந்தான்.

"நன்னன் ராசாவுக்கும் மத்த எல்லாருக்கும் வணக்கம் குகைபடு பயங்கரமான குகை, பாதிதூரம் போனதும் உள்ளே படுத்து ஊர்ந்துதான் போகனும் எங்கதான் மூச்சுத்தினறல் வந்தது, புலியன் மான்தோல் பையில் காற்று அடைத்து வந்திருந்தான் அவன் எனக்கு மூச்சுத்தினறல் ஏற்பட்டதும் பையை என் வாயில்வைத்துக் காத்தை உள்ளே இழுக்கச்சொன்னான், நான் மயங்கும் சூழ்நிலையில் புலியன்தான் என்னைக் காப்பாற்றினான் என்னைச் சிரமப்பட்டு அனைத்துத் தூக்கி வந்தான். நான் இப்போது என்ன முடிவு செய்துள்ளேன் என்றால் பூங்கூவை புலியனுக்கே நானும் இருந்து கட்டிவைக்க நினைக்கிறேன்."

மல்லன் பேசியதும் அனைவரும் கைகள் தட்டி ஆரவாரம் செய்தனர்.

நன்னன் பூங்கூவை அழைத்து வந்து அவளது கையை மல்லனிடம் தர மல்லன் தலையில் கை வைத்து வாழ்த்தி புலியனை அழைத்து அவன் கையில் பூங்கூவின் கைகளைப் பிடித்துத்தந்தான்.

செடிகளிலுள்ள பூக்களைப் பறித்த அந்த இருமலை மக்களும் இருவர் மீதும் பூக்களைப் போட்டு வாழ்த்தினார்கள்.

பெண்கள் சிலர்பாட அனைவரும் சேர்த்துபாடினர்.

"புலியன் செஞ்ச நல்லதாலே
பூங்கூவகைப் பிடிச்சான்
பளிச்சி ஆத்தா காப்பாத்துவா
பளியங்களுக்கு நல்லகாலம்
ரெண்டு மல சனங்களெல்லாம்
ஒன்னு பட்டு சேந்தாச்சி
கண்டவங்க வாழ்த்திடுங்க
காலமெல்லாம் நல்லாருக்க"

6. குற்றவாளியை மன்னித்த ஆதிவாசிகள்

அந்த மலையடிவாரத்தில் சில புல்லாலான குச்சில்களில் மலை வாழ் மக்கள் வாழ்ந்து வந்தனர். அதனை 'சாலெ' என்று சொல்வார்கள் அவர்கள் பனியர் இன மக்கள்.

வனத்தில் கிடைக்கும் காய், கனி, கீரை, கிழங்கு, தேன் இவையே அவர்கள் உணவு.

வனத்திற்குப் பத்து மைல் தூரத்து ஊர்களிலிருந்து ஆற்றில் குளிக்க வரும் மக்கள் வனபோஜனம் செய்து சமைத்து சாப்பிடுவார். அவர்களுக்குச் சமைக்க விறகு, சாப்பிட இலைகள் பறித்துத் தந்தால் மிச்சம் மீதி அரிசி உணவு அவர்களுக்குக் கிடைக்கும்.

கடைகள், மின்சாரம், சாலை வசதி எதுவும் இல்லை. எதுவும் கிடைக்காதபோது பட்டினியாகவும் இருப்பார்கள்.

ஒரு எழுத்தாளின் முயற்சியால் அரசு அவர்களுக்கு வீடுகள் கட்டித்தர ஒப்புக்கொண்டு பணிரெண்டு வீடுகள் கட்ட ஐயப்பன் என்ற அரசியல்வாதிக்கு ஒப்பந்தம் செய்து தந்தது. அவர் மலை மக்கள் நலச்சங்கம் அமைப்பாளர். என்று அந்த மக்களுக்கு நல்லது செய்வதாக செயல்பட்டு வந்தார்.

எட்டுக்கு எட்டு அடி ஒரே அறை கொண்ட வீடுகள் கட்டப்பட்டு வந்தன.

ஒரு நாள் அந்த மலை மக்களின் இளைஞர்களும் நாட்டாமையும் ஐயப்பனை அழைத்துக் காட்டினார்கள். கட்டுமானம் பார்க்கச் சொன்னார்கள். அவர் வந்து பார்ப்பதுபோல் பார்த்துவிட்டுப் பேசினார். "அப்பா மலை சனங்களே நான் எவ்வளவே முயற்சி செய்துதான் வீடு கட்ட யாருக்கோ ஒப்பந்தம் விட்டார்கள். அவர் 'ரெண்டு இஞ்சி செங்கலை இங்கு ஒன்றும் எதிரில் ஒன்றும் சிமிண்ட் பூசிவைத்துவிட்டு இடையில் 5 அங்குல இடத்தில் வெறும் மணல் மட்டும் போட்டு கட்டுகிறார்' என்று கூறுகிறீர்கள். நான் பார்த்து தெரிந்துகொண்டேன். இப்போது நாம் பிரச்சினை செய்தால் இது அப்படியே நின்றுவிடும். வெறும் புல்குச்சில்களில் வாழ்ந்த உங்களுக்கு இது போதாதா? ஓங்கி

மிதித்தால் சுவர் இடிந்துவிடும் என்று கூறுகிறீர்கள், வீட்டை ஏன் மிதித்துப் பார்க்க வேண்டும் இப்போதைக்கு இருக்கட்டுமே" அப்புறம் அடி வாரத்துக்கு கிழக்கே ஒரு ஏக்கர் நிலம் உங்களுக்கு கேட்டுள்ளேன் அது கிடைத்துவிட்டால் உழுது நீங்கள் விவசாயம் செய்யலாம் அடுத்த ஓடையிலிருந்து தண்ணீர் சின்ன கால்வாய் வெட்டி நீங்களே தண்ணீர் பாய்த்து நெல், பருத்தி, கேப்பை விதைத்து விவசாயம் செய்யலாம். வீடுகள் பத்தின விசயத்தை இப்படியே விட்டுவிடுங்கள்" என்றார். பெண் பாடினாள்.

"மத்தவங்க கிழங்கெடுக்க
மலதாண்டி போகவேனும்
அத்தான் எடுக்கப்போனா
அதுதானே முன்னேறிக்கும்
எல்லோரும் தேனெடுக்க
எட்டு மரம் ஏறவேனும்
எங்க அத்தான் எடுக்கப்போனா
நாலெட்டில் மரம் வந்திடும்"

அவர்கள் கைகள் தட்டி ஆரவாரம் செய்தனர்.

"இத மாமா கேட்கனுமே" என்றாள். வேலாயி

"சரிங்கடி நீங்க யாராட்சும் பாடுங்களேன் என்றாள் பாடியவள்.

வேலாயி பாடலானாள்.

"சந்தனி முகமெல்லாம்
சந்திரனாய் பளபளக்கும்
வந்தவளின் தலைமுடியோ
தாளம் பூவாய் மணக்குதடி
முந்தியிலே பரிச்சிவச்ச
முல்லைப்பூ வாசனையில்
வந்தவனும் மயங்கிடுவான்
வாரியிவள தூக்கிப்போவான்"

சந்தனி பொய் கோபத்தில் "என்னடி கேலி வேண்டியிருக்கு"
"கேலி என்ன கேலி வேலாயி பாடுனது சரிதனே" என்றாள்.

முதலில் பாடியவள். அவர்கள் ஒருவர் மேல் ஒருவர் தண்ணீரை வாரி இரைத்து விளையாடி, குளித்துவிட்டு எழுந்தார்கள். அடிவாரத்தை அடுத்த புல் திரட்டில் ஒரு ஏக்கர் நிலம் கிடைத்துவிட்டது. ஐயப்பனே ஆளைவிட்டு உழுது தந்தார் பாத்திகட்ட, களை எடுக்க அவர்களுக்கு பயிற்சி தந்தார். விதை நெல்லும் தந்து விதைத்து வாய்க்காலிருந்து

அவர்களே கால்வாய் வெட்ட வைத்துத் தண்ணீர் பாய்ச்ச வைத்தார். நாற்று வளர்ந்ததும் எடுத்து மொத்த நிலத்தில் நடப்பட்டது. சொந்த நிலம் கிடைத்த உற்சாகத்தில் அவர்கள் கடுமையாகவே வேலை செய்தனர்.

நாட்டாமை இளைஞர்களை அழைத்துப் பேசினார். "தம்பிகளே பளியங்களுக்கு சொந்த நிலம் அதுவும் வெவசாய வேலை ஊர்ல எங்கனயும் நடக்குமா? நாம கொடுத்துவச்சவங்க நம்ம பளிச்சியாத்தா கண்தொரந்து பாத்து நமக்கு நல்ல காலம் தந்திருக்கா, இனிமே நம்ம வீடுகள்ள நெல் மூடைக இருக்கும். எப்படியோ காரை வீடும் கிடைச்சிருச்சி ஒருநா நெல்லு வந்ததும் நம்ம பளிச்சி ஆத்தாளுக்கு பொங்கவச்சு கும்புடுவோம்" என்று பேசி அவர்களுக்கு ஊக்கம் ஊட்டினார்."

பன்னிரண்டு வீடுகள் அவர்களுக்குச் சாவிகளைத் தந்து அதிகாரி போய்விட்டார்.

சாவிகளை வாங்கிய ஐயப்பன் பத்து குடும்பங்களுக்குச் சாவிகள் தந்து ஒற்றையாக இருந்த இரண்டு பேரை இருவர் மட்டும் இருந்த குடும்பங்களில் இணைத்துவிட்டார். இரண்டு வீடுகளின் சாவிகள் அவரே வைத்துக்கொண்டார்.

"கேளுங்கப்பா இந்தரெண்டு வீடுக சாவி எங்கிட்ட இருக்கட்டும் ஒரு அவசர ஆத்திரத்துக்கு வேனுமில்ல" என்றார் அவர்களும் "சரி சாமி" என்றனர்.

ஒருநாள் யானை ஒன்று வந்து பயிரிட்ட நிலத்தில் ஒரு பகுதியை அழித்துவிட்டது. அவர்கள் ஓடிவந்து தகரம் அடித்து யானையை விரட்டினார்கள்.

ஐயப்பன் அவர்களை அழைத்தார் "நீங்க எல்லாரும் நல்லா கேளுங்க நம்ம நெலத்தைச் சுத்தி ரெண்டுக்கு ரெண்டு அடி பள்ளம் தோண்டனும் நமக்கு நடக்க மட்டும் இடம் விடனும் பத்துநா வேலை ஆணும் பெண்ணும் "ஓய்வில்லாம பாத்தா முடியும்" என்றார்.

அவர்கள் அனைவருமாக இரண்டு வாரங்களில் நிலத்தைச் சுற்றிலும் பள்ளம் தோண்டிவிட்டனர்.

பயிர் அறுவடைக்கு தயார் ஆனது.

அறுவடை செய்தனர். இருபத்தைந்து மூடை நெல் கிடைத்தது. அவர்களையே தூக்கிவரச் செய்து முன்புறம் இறக்கப்பட்டது கூலிக்கும் மற்றதுக்குமாக இரண்டு மூடை போய்விட்டது.

அவர் தனக்கு என்று வைத்திருந்த இரண்டு வீடுகளில் ஒன்றில் பத்து மூடை நெல்லை அடுக்கச் சொன்னார்.

பண்ணெண்டு குடும்பங்களுக்கும் ஆளுக்கு ஒரு மூடை நெல் தந்தார்.

ஒரு மூடை மிஞ்சியதுயப்பா இது உங்க சாமிக்கு பொங்க வைக்க.

"அப்பா கேளுங்க நிலம் வாங்கித் தந்தது நானு, விதை நெல் தந்தது, உழுதசிலவு எல்லாம் என்னுடையது. அதனால எனக்கு பத்துமூடை சரிதானே?"

அவர்களுக் ஒன்றும் விளங்கவில்லை என்ன பேச என்றும் தெரியவில்லை.

"சரி சாமி" என்றனர்.

"எப்பா அடுத்து பருத்தி போடுவோம். பருத்தி வந்ததும் வித்து உங்களுக்கு வேட்டி, துண்டு, சேலை, ரவிக்கை, குழந்தைகளுக்குச் சட்டை பாவாடைகள் வாங்கலாம்" என்றார்.

நாட்டாமைக்கு அழுகையே வந்துவிட்டது.

"ஒரு நாலு மாசம் எல்லாரும் கடுமையா வேல செஞ்சும் ஒரு மூடை நெல் தானா? முப்பது படி அரிசி ஒன்றை மாசம் கூட வராதே சரி தலை எழுத்துப் படி நடக்கட்டும்."

"நாட்டாமை ஊர்ல உள்ள சங்கங்கள்ள சொல்லிருக்கேன் ஒருநா சாப்பாடு எல்லாருக்கும் துணிமணிக டாக்டருக வந்து காச்ச தலைவலிக்கு மருந்து மாத்திரைக ஊசிக போடுவாங்க சரிதானே"

"சரி தாம் சாமி எங்களுக்கு ஊசி மட்டும் வேண்டாம் சாமி வலிக்கும்" என்றனர்.

"ஊசி போட்டவனுக்கு ஒரு படி அரிசி தருவாங்க"
"அப்ப சரி" என்றனர்.

நகரிலுள்ள அரிமா சங்கம், சுழற்சங்கம் முதலியன கூட்டங்கள் போட்டன. பனியர்களுக்கு விருந்து வைத்து ஆண்களுக்கும் பெண்களுக்கும் உடைகள் தந்தனர். டாக்டர்கள் வந்து மருந்து மாத்திரைகள் தந்து சத்து மாத்திரைகள் தந்தனர். ஊசி போட்டுக்கொண்டால் ஒரு படி அரிசி தந்தனர்.

இரண்டு சங்கங்கள் மூலம் இரண்டு தடவை முகாம்கள் நடந்தன. மீதி உடைகள் பாய்கள் பிஸ்கட் ரொட்டி இவைகள் ஐயப்பனிடம்

தந்து நீங்களே பாத்து பகிர்ந்து கொடுத்துவிடுங்கள் என்று கூறி முகாம் முடித்துச் சென்றனர். அவையாரும் அவருக்கு என ஒதுக்கிய வீட்டில் வைக்கச் சொல்லிவிட்டார்.

நிலத்தில் பருத்தி 2 வாரங்கள் எடுத்தனர். வியாபாரிகளை வரவழைத்து பருத்தி விற்றார்.

இருபதாயிரம் ரூபாய் விற்றது. பத்தாயிரம் அவர் வைத்துக் கொண்டார்.

வீட்டுக்கு ஆயிரமாக அவர்களுக்குத் தந்தார், ஒருநாள் இரவு பெருமழைப் பிடித்துக்கொண்டது ஓடைகளில் ஆறுகளில் பெரு வெள்ளம்.

வீடுகளுக்குள்ளும் தண்ணீர் புகுந்துவிட்டது. இரவில் பாரஸ்ட் அலுவலகத் திண்ணையில் ஒதுங்கி இருந்துவிட்டு காலையில் வெள்ளம் வடிந்த பின் வீடு வந்தனர்.

ஐயப்பன் இரு வீட்டிலும் நெல், பருத்தி துணிமணிகள் பாய்தலையணைகள் யாவும் நிறைந்து இருந்தன.

இரண்டு நாள் கழித்து கிழங்கு எடுக்கப் போனவர்கள் தேனெடுக்கப் போனவர்கள் நிறைப் பொருட்களோடு வந்தனர். எல்லோரும் கூடி ஆடிப்பாடி மகிழ்ந்தனர்.பாரஸ்ட் அதிகாரி ஒரு நாள் பளியர் வீடுகள் பக்கம் வந்தார். ஐயப்பன் என்னதான் செய்கிறார் என்று அவருக்கு சந்தேகம் வந்துவிட்டது.

நாட்டமை மற்ற இளைஞர்களை அழைத்து விசாரித்தார் அவர்கள் நடத்ததைக் கூறினார்கள்.

ஒருநாள் பக்கத்து ஊரிலுள்ள வாசுகி மாதர்சங்கம் என்ற" பெண்கள் அமைப்பு மலை வாழ் மக்களுக்கு உதவி முகாம் அமைத்து ஆளுக்கு ஒருகம்பளி, ஒரு பாய், வேட்டி துண்டு, சீலைரவிக்கை, மற்றும் குழந்தை உடைகள் தந்து ஒரு வேளை உணவு விருந்தும் அளித்தனர். தலைவி ராஜம் என்பவர் ஏற்பாடு செய்தார்.

கம்பளி கிடைத்ததற்கு அந்த மக்கள் பெரிதும் மகிழ்ந்தனர். மறுநாள் காவல் துறை அதிகாரி அங்கே வந்தார். ஐயப்பன் பொறுப்பிலிருந்த வீடுகளின் பூட்டை உடைத்து நெல் மூடைகள், மற்றும் பருத்தி பாய் மற்றும் உடைகள், அனைத்தையும் எடுத்து அந்த மக்களுக்கு பிரித்துத் தந்தார். அழைக்கப்பட்டதால் ஐயப்பனும் அங்கு வந்தார். “மிஸ்டர் ஐயப்பன் உங்கள் வேலைகள் எல்லாம் கேள்விப்பட்டேன் நீர் எடுத்து வைத்த வீடுகளில் உள்ள பொருட்கள் இந்த மலை மக்களுக்கு தந்துவிட்டேன். உமது மீது வழக்கு

தொடர்ந்தால் ஐந்தாண்டு சிறை தண்டனை கிடைக்கும். 'இந்த மலை மக்கள் உங்களுக்கு தண்டனை வேண்டாம்' என்று கூறினார்கள். நானும் ஒப்புக்கொண்டேன். இவர்களிடம் மன்னிப்பு கேளும் நானும் உம்மை மன்னித்து விட்டு விடுகிறேன்" என்றார்.

காவலதிகாரியின் கால்களில் விழுந்த ஐயப்பன் உடனே எழுந்து மலை மக்களைப் பார்த்தும் விழுந்து வணங்கி மன்னிப்புக் கேட்டார்.

"நான் இனிமேல் எந்தத் தவறும் செய்யமாட்டேன். இனி இங்கே வரவும் மாட்டேன் மன்னியுங்கள்" என்று கேட்டதும் காவலதிகாரி அவரிடம் "சரி நீர் போய்வாரும் உம்மீது வழக்கும் இல்லை" என்றார். மலை மக்கள் அனைவரும் அதிகாரி காலில் விழுந்தனர். "நீங்க இப்படியெல்லாம் செய்யக்கூடாது எந்திரிங்க நான் போய் வருகிறேன்" என்று புறப்பட்டுச் சென்றார். மலை மக்கள் ஆடிப்பாடி மகிழ்ந்தனர்.

7. கூந்தம்மை தோண்டிய போது...

அன்று அதிகாலை திரைப்பட இயக்குநர் மணிமாறன் பாண்டி, இதழ் நிருபர் கதிர் மாயக்கண்ணன் இருவரும் என்னை மலைவாழ் மக்களைச் சந்திக்க அழைத்தார்கள் என்று தேனி சென்று அடைந்தேன்.

அவர்கள் காருடன் தயாராகக் காத்திருந்தனர். 'இன்று எந்தப் பகுதி போகிறோம்' எனக் கேட்டேன்." போடி மலைப்பகுதி, கொடுக்குமலை அருகில் முதுவாக்குடி என்ற பகுதியில் முதுவர் என்ற பழங்குடி இனத்தார் வாழ்கிறார்கள். அவர்களைப் பார்க்கப் போகலாம்" என்றார் மணிமாறன்.

"சரி காலயிலேயே போகிறோம் அவர்களுக்குக் காலை உணவாக இட்லி வடை ஏதாவது வாங்கிப் போவோமே" என்றேன். ஒரு கடையில் மாயக்கண்ணன் பலருக்கு இட்லி வடை சாம்பார் சட்னி பல பாக்கெட்டுகளாக வாங்கி வந்தார்.

பேசிக்கொண்டே புறப்பட்டோம்.

இந்தப் பகுதியில் அவர்கள் வாழிடம் அருகில் ஒரு ஆலமரம் இருந்தது. அதைத் தாய் மரம் என்று கூறுவார்கள். அம்மரத்தை அவர்கள் கடவுள் என்று வணங்குவார்கள். ஏதேனும் விசேசம் என்றால் அந்த மரத்தடியில் தான் வணங்கிச் செய்வார்கள்.

சில ஆண்டுகளுக்கு முன்பு ஒரு பெரும் புயல் அடிக்க அந்த மரம் வேருடன் விழுந்துவிட்டது. அவர்கள் மூன்று நாட்கள் சாப்பிடாமல், உறங்காமல் மரத்துப் பக்கம் உட்கார்ந்திருந்தார்கள். கேள்விப்பட்ட நாங்கள் சென்று அவர்களுக்கு ஆறுதல் கூறி விழுந்த மரத்தை ஒதுக்கி ஒரு கிளையை வெட்டி அதே இடத்தில் நட்டி வைத்தோம் எப்படியோ அது தளிர்விட்டு வளர்ந்துவிட்டது என்று கூறினார் மணிமாறன்.

மாயக்கண்ணன் பேசினார் "தமிழ்நாட்டில் 23 வகை மலைவாழ் மக்கள் வாழ்கிறார்களாம்" என்றார்.

நான் கூறினேன் "மேற்குத் தொடர்ச்சி மலையில் ஐயாயிரம் வகை பூக்கும் தாவரங்கள், 139 வகை பாலூட்டி இனங்கள், 518 வகை பறவைகள், 176 வகை இருவாழ்வுகள், 654 வகை மரங்கள், மனிதர்கள் கால்படாத பல இடங்கள் இன்னும் உள்ளனவாம்" என்றேன்.

நாங்கள் அந்த இடம் சென்று அடைந்தோம். குடித்தலைவர் பெரியவர் எங்களை வரவேற்றார். உணவுப்பொட்டலங்கள் தந்ததும் அவர் அந்த மக்கள் அனைவரையும் அழைத்தார்.

பொது இடத்தில் அவர்கள் அமர்ந்தனர். சாப்பிட எங்களையும் உட்கார வற்புறுத்தினார் அனைவரும் சாப்பிட்டோம். புல் வேய்ந்த மண்குடிசைகளில் மணமானவர்கள் சிறுவர்கள் வாழ்கிறார்கள்.

இளந்தாரி மடம் என்று இரண்டு இருக்கின்றன. இரண்டடி உயரம் மேடாக்கித் திண்ணைபோல் சமப்படுத்தி மேல பந்தல்போல அமைந்துள்ளனர்.

ஒன்றில் ஆண்கள், ஒன்றில் பெண்கள், மனமாகாத இளசுகள் தனித்தனியாக அவற்றில்தான் தங்குவார்கள். யாரேனும் இருவர் வந்து குடித்தலைவரிடம் வணங்கி "ஐயனே நாங்கள் கல்யாணம் கட்டிக்கிடுறோம்" என்றால் உடனே அவர் அனைவரையும் அழைத்து இருவரையும் கை பிடித்துத்தருவார் தலையில் பூ போட்டு வாழ்த்துவார். அத்துடன் திருமணம் முடிந்தது. தாலி, பூமாலை எதுவும் கிடையாது.

அவர்கள் மொழி முதுவாப்பாசை தமிழோடு தெலுங்கு மலையாளச் சொற்கள் அதிகமாகவே கலந்து பேசுகிறார்கள்.

'உங்களைப் பற்றிய விபரங்கள் கூறுங்களேன்' என்றேன். அவர் கூறினார். "எங்கள் தொழில் இப்போது கிழங்கெடுத்தல், தேனெடுத்தல் இந்த வட்டார மண்ணில் காய்கறிகள் பயிர் செய்கிறோம். இது தான் எங்கள் உணவு.

"நாங்கள் பாண்டியனின் வம்சத்தினர்.

"அம்மா கடவுள் கண்ணகி, சிலம்பு திருடிய பொற்கொல்லன் கோவலனைக் காட்டிக்கொடுத்து அவன் கொல்லப்பட்டதால் கோபமடைந்த கண்ணகி நீதிகேட்டு கோவலன் திருடவில்லை என நிருபித்ததும் உடனே பாண்டிய மன்னன் 'யானோ அரசன் யானே கள்வன்' என்று கூறி அப்படியே விழுந்து மடிந்தான். அரசியும் விழுந்தாள் கண்ணகி ஓரளவு அமைதியடைந்து புறப்பட்டாள்.

அவள் மதுரையை நிச்சயம் எரிக்கவில்லை தெய்வமான கண்ணகி ஒன்றுமறியாத மக்களை மதுரையை எரிப்பாளா? இடையில் உள்ளவர்கள் இளங்கோ அடிகளிடம் மதுரையை எரித்ததாகக் கதை கட்டிவிட்டார்கள். எமது முன்னோர்கள் உறுதியாக நிச்சயமாக எம்மிடம் கூறியது கண்ணகி மதுரையை எரிக்கவில்லை".

"பாண்டிய மன்னன் விழுந்து இறந்ததும், பயந்துபோன அரச சபையே வெளியேறிவிட்டார்கள். எமது முன்னோர் பாண்டிய மன்னனை அப்படியே தூக்கி முதுகில் போட்டு நடந்தனர். பெண்கள் ராணியை முதுகில் போட்டு நடந்தனர்."

கண்ணகியின் பின்னேயே நாங்கள் வந்துவிட்டோம் இந்தவனம் வந்ததும்.

"இனி நீங்கள் என் கூட வரவேண்டாம் நான் தெற்குப் பகுதிக்குச் செல்கின்றேன் நீங்கள் இங்கேயே இருங்கள்" என்று சொல்லிப் போய்விட்டாள்.

"கண்ணகியே எமது தெய்வம் பெண்கள் குழந்தைகளை தம் சீலையை ஒரு பகுதி தொட்டில் போல செய்து பின் பகுதியில் குழந்தையை அதில் வைத்து தூக்கிச் செல்வார்கள். அதனலே எங்களை முதுகர் என்றழைத்து இப்போது முதுவர் ஆகிவிட்டது.

பொதுவாகக் கணமான பொருட்களைத் தலையில் தூக்கிவந்தால் கழுத்துவலி எடுக்கும் அதே பொருளை முதுகில் தூக்கிவந்தால் எந்த சிரமும் தோனாது" என்றார். அவர் மேலும் கூறினார்." அரசனையும் ராணியையும் இங்கேயே புதைத்தார்கள். பின் நாங்கள் உணவு சாப்பிடும்போது ஆண்கள் ஒரே எளிய தட்டில் வட்டமா உட்காந்து சாப்பிடுவோம். அதேபோல பெண்களும் கூட்டமாக வட்டமாக அமர்ந்து ஒரே பெரிய தட்டில் தான் சாப்பிடுவோம். இது நீண்ட காலமாக நடைமுறையில் இருந்து வரும் பழக்கம்" காரணம் கேட்டேன் "தெரியாது" என்றனர்.

குடித்தலைவர் இப்படிக் கூறியதும் எனக்கு நினைவுக்கு வந்தது. தெலுங்கு மொழியில் பழைய கவிஞர் வேமனா என்பவர் பாடிய ஒரு பாடல் வரி.

"உர்வி வாரிகெல்ல ஒக்க கன் சமுபெட்டி"

"ஊர்மக்களெல்லாம் கூடி ஒரே தட்டில் சாப்பிட்டால் பொதுமை ஒற்றுமை வளரும் என்று இப்படிப் பாடினார். கேரளாவில் சிவானந்தா ஆஸ்ரமங்களில் இன்றும் இப்படி

ஆண்களும் பெண்களுமாகக் கூடி ஒரே தட்டில் சாப்பிடுகிறார்கள். அவர்கள் ஆடைகள் இல்லாமலே இருப்பார்கள். முதுவர்களின் இந்தப் பழக்கம் எனக்கு ஆச்சர்யாக இருந்தது. நான் பெண்களைப் பார்த்து ஏதேனும் பாடுங்களேன்" என்றேன்.ஒரு பெண் பாடினாள்.

"ஏறாத மலை மேலும் ஏறிடுவான் மாமன்
எதுக்கு வரும் யான புலியுமே
கூறான அவன் ஈட்டி கண்டதும்
குறுக்கு வழி தேடி ஓடிப் போரும்"

எல்லோரும் ஆரவாரத்துடன் கை தட்டினார்கள். அடுத்தவன் பாடினாள்.

"நத்தை வயித்துல முத்து பிறந்தாப்புல
அத்தை வயித்துல நீ பிறந்தே
மண்ணுக்குள்ளே தங்கம் மறஞ்சிருக்கு
என்னுக்குள்ளே நீ நெறஞ்சிருக்கே"

மேலும் கைதட்டல்.

"சரி அருமையாகப் பாடினீர்கள் ஆண்கள் யாராவது பாடுங்களேன்"

ஓராள் பாடினான்.

"தண்ணிக் குடம் தூக்கியல்லோ
சந்தனி நீ வருகையிலே
தண்ணி மேல சருகுபோல
தள்ளாடுதே என் மனசு"

ஏககைத்தட்டல்

"சந்தன மரத்தடியில்
சந்தனி நீ தூங்கையிலே
எந்தன் மனசு உன் அழகில்
ஏங்கி சுத்தித் தவிக்குதடி"

கைதட்டல்கள்

அடுத்த ஆள் பாடினான்

"மல்லிப்பூ மருக் கொழுந்து
வாடாத தாமரப்பூ
அல்லிப்பூ ரோசாப்புஉனது
அழகுக்கு இவை ஈடாகுமா"

"குயிலு சத்தம் மயிலு சத்தம்

கூந்தம்மை நீ பேசயிலே
வெக்கப்பட்டே ஓடுதடி உன்சத்தம்
தேனாக இருக்குதடி"

ஆரவாரக் கைதட்டல்

அது முடிந்ததும் நான் அவர்களுக்கு நன்றி கூறினேன். பின் அவர்கள் எழுந்தனர்.

"ஐயனே நாங்கள் கிழங்கெடுக்கப் போகனும்" என்றனர். "சரி ஆம்புளக வடக்குப் பக்கமும் பெண்கள் தெற்குப் பக்கமும் போங்க" என்றார் தலைவர்.

"கிழங்கெடுப்பதை நாமும் போய்ப்பார்க்கலாமே" மணிமாறன்.

நான் கூறினேன் "ஆண்கள் கிழங்கெடுப்பதை நான் பார்த்துள்ளேன். இன்று பெண்கள் கிழங்கெடுப்பதைப் பார்ப்போமே" என்றேன்.

"ஐயாமார்களே எங்க கூட வாங்க" என்றாள் கூந்தம்மை கொஞ்ச நேரம் நடந்தோம் மலைக்கடவுகள் பக்கமாகப் போனோம். பெண்கள் மூவர் மூவராகப் பிரிந்து இடங்களில் இரண்டடி அளவுள்ள கம்பிகளால் மண்ணைத் தோண்டினார்கள்.

தூரத்தில் தோண்டிய பெண்கள்.

"ஐயாமாரே இங்க வாங்க ஏதோ சத்தம் வந்தது பாருங்க" என்றனர். பாண்டியும் நிருபரும் கம்பிகளை வாங்கித் தோண்டினார்கள். இரண்டடி உயர வெங்கல முருகன் சிலை, அறையடி உயரக் கல்லில் பொருத்தியிருந்தது. அதில் கல்வெட்டு எழுத்துக்கள் அடுத்து செம்பளவுள்ள ஒரு மண் சட்டியில் தங்கக் காசுகள் இருந்தன. உடனே நிருபர் தன் கைபேசியை எடுத்து மாவட்ட ஆட்சித்தலைவருக்குப் பேசினார். இடம் சொல்லி சிலையும் பொற்காசுகள் பற்றியும் கூறினார். அவர் உடனே இடம் பற்றி விரிவாக விசாரித்து "நான் தொல்பொருள் துறை அலுவலர் மற்றும் காவல் அதிகாரிகளும் கலந்து சிலமணி நேரத்தில் அங்கு வருகிறோம்" என்றார். நாங்கள் அதனை எடுத்துக்கொண்டு அவர்கள் இருப்பிடம் வந்தோம். நிருபரிடம் கைபேசி வாங்கி "வணக்கம் சார் இந்த முதுவர் இனமக்கள் நாற்பது பேர் உள்ளனர். நாங்கள் அவர்கள் ஆய்வுக்காக இங்கு வந்துள்ளோம். காலையில் அவர்களுக்குச் சிற்றுண்டி கடையில் வாங்கி வந்தோம். நீங்கள் வரும்போது உச்சி மதியம் ஆகிவிடும். ஆகவே இவர்களுக்குக்

கடையில் ஒரு நாற்பது மதியச் சாப்பாடு பொட்டலங்கள் வாங்கி வரலாமே" என்றேன். அதற்கவர் "அவசியம் வாங்கிக்கொண்டு வருகிறோம். நீங்களும் அங்கேயே இருங்கள்" என்றார் 'சரி' என்றோம்.

மரங்களில் குரங்குகள் சத்தம் போட்டபடித் தாவி ஓடின, தூரத்தில் யானைகளின் பிளிரல் சத்தம் கேட்டது, மெல்லத்தூரல் விழுந்தது, நாங்கள் இளந்தாரி மண்டபத்தில் சென்று தங்கினோம். பேசிக்கொண்டிருந்தோம். சிறிது நேரத்தில் மாவட்ட ஆட்சித்தலைவர், தொல்பொருள்துறை அலுவலர், காவல்துறை அதிகாரி இரண்டு காவலர்கள் உணவுப் பொட்டலங்களுடன் வந்தனர். சிலை மற்றும் பொற்காசுப்பானையை அவரிடம் ஒப்படைத்தோம். அந்த இடத்தைப் பார்க்கணுமே என்றனர்.

அழைத்துச்சென்று காட்டினோம் இடத்தைப் புகைப்படம் எடுத்துக்கொண்டனர்.

தொல்பொருள் அலுவலர், கல்வெட்டு எழுத்துக்களைப் படித்துவிட்டு "சோழர் கால ஒரு அரசன் கோவிலுக்கு அளித்த முருகன் சிலை. இதனைத் திருடர்கள் கொண்டு, சிறிது காலம் இருக்கட்டும் என்று இங்கே புதைத்து வைத்திருக்கலாம்" என்றார். இருப்பிடம் வந்தோம் அனைவரும் புகைப்படம் எடுத்துக்கொண்டோம்.

அனைவரும் உணவு உண்டோம்.

நான் ஆட்சித்தலைவரிடம் பேசினேன்.

"வணக்கம் ஐயா நான் மலைமக்கள் பற்றி ஆய்வு செய்து எழுதுபவன். இவர் நிருபர், அவரும் இவர்கள் பற்றிக் கட்டுரை எழுதியவர். இவர் மணிமாறன் பாண்டி, திரைப்பட இயக்குநர் இந்த மக்களுக்கு பல வகையிலும் உதவிகள் செய்துள்ளார். தயவு செய்து நீங்கள் இவர்களுக்கு வீடுகள் கட்டித் தந்து உதவ வேண்டும்" என்றேன். கட்டாயம் அதற்கான ஏற்பாடு செய்கிறேன். அதோடு பள்ளிக்கூடமும் கட்ட அமைச்சரிடம் சொல்லி ஏற்பாடு செய்கிறேன். உங்கள் மூவருக்கும் ஒரு பாராட்டு நிகழ்ச்சிக்கும் ஏற்பாடு செய்வேன்" என்றார்.

மலைமக்கள் அவரை விழுந்து வணங்கினார்கள்.

பரவாயில்லை நான் போய் வருகிறேன்" என்று புறப்பட்டார். நாங்களும் மலைமக்களிடம் விடைபெற்று கிளம்பினோம்.

8. மொக்கையன் செய்த உதவி

நண்பர் திரைப்பட இயக்குநர் மணிமாறன் பாண்டி அவர்களுடன் கைபேசியில் பேசினேன் "நண்பருக்கு வணக்கம் நான் உங்கள் பகுதி மலைவாழ் மக்களைச் சந்திக்க வேண்டும்" என்றேன்.

உடனே "நாளை காருடன் உங்களைப் பார்க்க வருகிறேன் என்னுடன் வாருங்கள் தேனிக்கு மேற்கே மேற்கு மலையடிவாரம் பகுதியில் பளியர் இனமக்கள் வாழ்கிறார்கள். போடிக்கு மேற்கே முதுவாக்குடியில் முதுவர் இனமக்கள் வாழ்கிறார்கள். நாம் சென்று நேரில் பார்க்கலாம் என்றார்.

மறுநாள் அவருடன் சென்றேன். இடையில் அவர் நண்பர் இதழ் நிருபர் மலைவாழ் மக்கள் பற்றி கட்டுரைகள் எழுதியவர்.

கதிர் மாயக்கண்ணன் சேர்ந்துகொண்டார்.

சிறைக்காடு அடிவாரப்பகுதிக்குச் சென்றோம்.

சாலையோரம் ஒரு பெரும்பாறை மேடுசெல்லப் படிகளுடன் மேலே உட்கார வசதியாக இருக்கை போல இருந்தது. முன்பு ஜமீன்தாரியாக இருந்த பெண் அங்கு வந்து அமர்ந்து சுற்றிலுமுள்ள காடுகளில் வேலைகளைக் கவனிப்பாராம் ஆங்காங்கு பிரிந்துக்கிடந்த மலைமக்களை அழைத்து ஒரே இடத்தில் வாழ வசதி செய்து தந்தாராம்.

சிரைக்காடு பகுதிக்குச் சென்றோம் மலைமக்கள் கூடி எம்மை வரவேற்றனர்.

அரசு அவர்களுக்கு வீடுகள் கட்டித் தந்துள்ளது.

இருட்டு நேரம் ஆகிவிட்டது. அவர்கள் பொது இடத்தில் கூடி மரக்கட்டைகளைக் கோபுரம் போல அடுக்கி தீ வைத்தனர்.

குளிருக்கு அதைச் சுற்றிலும் உட்காந்துகொண்டனர். ஆண்கள் ஒரு பக்கம் பெண்கள் ஒரு பக்கம் சிறுவர்கள் ஒரு பக்கம்.

ஒரு பக்கத்தில் வசதியான கற்களைப் போட்டு எம்மை உட்காரவைத்தனர். நான் ஆளுக்கு 100 ரூபாய் தந்தேன். இயக்குநர் கடலைமிட்டாய் பாக்கெட்டுகள் தந்தார். நிருபர் பிஸ்கட் பாக்கெட்டுகள் தந்தார்.

அவர்கள் அனைவரும் கலகலப்பாக பேசிக்கொண்டு இருந்தனர்.

மேகம் வந்து எங்களை அப்படியே மறைத்தது.
ஒன்றும் தெரியவில்லை.
மேகம் விலகியதும் பேசினார்.
சிறிது தூரத்தில் ஓரிடத்தைக் காட்டினார்கள்.

ஏதோ குன்றுபோலத் தெரிந்தது. அது பல ஊர்களிலிருந்து குப்பைகளைக் கொண்டுவந்து கொட்டிய இடம். அதிலே அளவுக்கதிகமான ஈக்கள் மொய்த்து இருக்கிறதா சில வேளைகளில் இங்கே வந்து ஆட்கள் மீது அமர்கிறதாம் பெரியவர்கள் எனில் துண்டுகளால் தட்டிவிடுகின்றனர்.

சிறுவர்கள் குழந்தைகள்மீது தேன்கூட்டில் தேனீக்கள் ஆய்வதுபோல உடல் முழுவதும் ஆய்கிறதாம். ஆகையால் குழந்தைகளை வீட்டுக்குள்ளே வைத்துக் கதவை மூடிவிடுகிறார்கள்.

நிருபர் குப்பை உள்ள இடத்தைப் படம் பிடித்து விபரங்களைக் குறித்துக்கொண்டார்.

பொதுவாக அவர்கள் வனத்தில் கிழங்கெடுப்பது, காய்கனிகளை சேகரிப்பது, தேன் எடுப்பதுமாக உணவு வகைகளைத் தயாரித்துக் கொள்கின்றனர்.

சில வேளைகளில் அருகே உள்ள காடுகளில் வேலைக்கும் செல்கின்றனர்.

கடுக்காய் காய்ப்புக் காலங்களில் நிறைய விழுந்து கிடைக்கிறதை சேகரித்து விற்கிறார்களாம்.

நான் ஒரு இளம் பெண்ணைப் பார்த்து
“ஏம்மா உன் பேர் என்ன” என்றேன்.
“பூங்கொடி சாமி’ என்றதும் மற்றவர்களும்
“போதுமாரி, மொக்கையம்மாள், மாடம்மாள்’,
ஏன்று கூற ஆண்களும் தங்கள் பெயர்களைக் கூறினர்”
“குருவையா, வேலப்பன, மண்டையன்” எனக் கூறினர்.

உணவு வகைகள் கிடைக்காத சில வேளைகளில் தோட்டங்களிலும் வேலை இல்லாத சமயங்களில் பட்டினியும் இருப்பதுண்டாம்.

"இன்னும் இருவர் உள்காட்டிற்குத் தேன் எடுக்கச் சென்றவர்கள் வரவில்லை" என்றார்கள்.

சிறிது தூரத்தில் தனி ஒரு குடிசை இருந்தது.

'அது என்ன' என்றதற்கு,

தீட்டுக் குடிசை என்றனர். சடங்கான பெண் அங்கே இருப்பாள். நான் ஒரு பெண்ணைப் பார்த்து' யாராவது பாடுங்களேன் என்றதும் ஒரு பெண் பாடலானாள்,

"ஆத்துப்பக்கம் போக வேணாம்
யானைக் கூட்டம் வந்திருக்கு"
அடுத்தவள்
"அத்தானும் கூடவாரான்
யானைக் கூட்டம் ஒதுங்கிவிடும்"
அடுத்தவள்
"பூம்பாறைக்கு போக வேணாம்
புலி நடமாட்டமிருக்காம்"
அடுத்தவன்
"ஏமாமன் கிட்ட வந்தா
எந்தப் புலியும் ஓடிப்போகும்"
அடுத்தவள் பாடினாள்
"வட்டக் கன்னி மரத்தப்போல
வாகான அவனுடம்பு
கட்டிப்புடிச் சான்னா
கல்பாறையும் கீறிவிடும்"
நாங்கள் கைகள் தட்ட அனைவரும் ஆரவாரம் செய்தனர்.

"பெண்கள் அழகாகப் பாடுகிறார்கள் ஆழமான கருத்துக்கள் அமைந்த பாடல் இலக்கியதரத்தோடு ஏதோ புலவர் எழுதியது போல உள்ளது. இதைல்லாம் அச்சாக வேண்டும் அவர்கள் பெயர்களில்" என்றேன் ஆரவாரம் கைதட்டல்கள்.

"ஆண்கள்யாதேனும் பாடுங்களேன்" என்றேன்.
ஓராள் பாடினான்.
"வாளியாலதண்ணிமோந்து

வளத்து வந்தா ரோசாச்செடி
ரோசாப்பூ அவமுகத்தைப்பாத்து
ரோசத்துல தலகவிந்திரிச்சாம்"

கைதட்டல்கள். அடுத்தவன் பாடினான்"

"மல்லிகைத்தோட்டம் போட்டு
வளத்து வந்தா பூங்கொடியாள்
தோட்டம் பாக்க அவ வருகையிலே
பாதையெல்லாம் பூக்க உதுந்திரிச்சாம்"

"அற்புதம் ஏதோ பழைய இலக்கியம் படித்தது போல உள்ளது. கலைநயமிக்க பாடல்கள்" என்றேன் கைகள்தட்டி ஆரவாரம் செய்தனர்.

விடியல்நேரம் அங்கே உள்காட்டிலிருந்து ஒரு கார் வந்து நின்றது. ஒரு தொழிலதிபரும் இவர்கள் ஆள் மொக்கையினும் இறங்கி வந்தார்கள். அனைவரும் எழுந்து வரவேற்றனர்.

அவரது உடைகள் கசங்கியிருந்தன.

நாங்கள் அருகில் சென்று "வாங்க ஐயா" என்று வரவேற்றோம்.

அவரை ஒரு பாறையில் அமர வைத்தோம் அவர் அமர்ந்தார்.

"நான் ஊரில பெரிய ஜவுளிக்கடை வச்சிருக்கேன். மாலயில கொஞ்சம் வனத்துல நடந்து பாத்து வருவமே என்று காரை நிறுத்திவிட்டு உள்ளே நடந்து சென்றேன். அழகை ரசித்தவாறு சென்றேன். திடீரென்று பெரிய வெட்டுக் கிடங்கில் விழுந்துவிட்டேன். ஒரு நீட்டியிருந்த பாறையைப் பிடித்துக்கொண்டு ரொம்ப நேரம் இருந்திருக்கேன் தண்ணியில்லேன்னாலும் செத்திருப்பேன். இப்பயாரும் வரலேன்னாலும் அதோகதிதான் சாமி கும்பிட்டவாறு இருந்தேன்.

ஊடே ஊடே பெருசா சத்தம் கொடுத்தேன்.

இந்த மொக்கையன் சத்தம் கேட்டு வந்து ஒரு மரத்தை வெட்டிக்கிடங்கில் போட்டான் அதால உயிர் பிழைச்சென் இவன் தான் இங்க கூட்டியாந்தான்.

காலயில கடை திறந்ததும் உங்களுக்கு ஒரு லட்ச ரூபாய் தாரதா இருக்கேன்" என்றார்.

"ஐயா மன்னிக்கனும் நான் இவங்கள பாக்க வந்தேன் ஒரு லட்ச ரூபாய இவங்க என்ன செய்யப்போறாங்க உங்க பெற்றோர் பேர்ல ஒரு பள்ளிக்கூடம் கட்டித்தந்தா இவங்க புள்ளங்க படிச்சிகிடுவாங்க

உங்களுக்கும் நல்லது செய்த பேரிருக்கும் இப்பக்க முக்கிய தேவை பள்ளிக்கூடம்தான்” என்றான்.

ஊடனே நிருபர் கதிர் மாயக்கண்ணன் அவரிடம் “ஐயா தயவுசெய்து நீங்க ஷவுளிக் கடைன்னுசொன்னீங்க இவங்களுக்கு ஒரு நாப்பது கம்பளி போர்வைகள் தந்தா குளிருக்கு இதமாக இருக்கும் அதோட இந்த குப்பையை அகற்றச் செய்து மறு சுழற்சி செய்தால் விவசாயத்துக்கு உதவ, உரமாக்கிட வேணுமுன்னு அமைச்சருக்கு எழுதப் போறேன். நீங்க கூட இருந்து உதவணும்” என்றார்.

அதோடு மணிமாறன் பாண்டியும்

“ஐயா இவங்களுக்கு இன்னக்கி கால உணவுக்கும் ஏற்பாடு செய்துடுணும்” என்றார்.

அதற்கு அவர்” எல்லாரும் கேட்டுக்கோங்க

“இங்க பள்ளிக்கூடம் கட்டித்தாரேன், கலைக்டரைப் பார்த்து அந்த குப்பையை மறுசுழற்சி மாற்றம் செய்து உரமாக்க பேசப்போறேன் அவங்களோடு உங்க மூனு பேருக்கும் சேந்து கம்பளிகள் காலயில வந்திடும்.

உடனே போயி ஹோட்டல்ல சொல்லி உங்க எல்லாருக்குமான காலை உணவு தயாரித்து வேனில் அனுப்ப ஏற்பாடு செய்கிறேன். எல்லோருக்கும் வணக்கம்” என்று சொல்லி காரில் புறப்பட்டார்.

நாங்கள் காட்டுக்குள் சென்று கடன்கள் முடித்துவிட்டு குளித்துவிட்டு வந்தோம்.

சிறிது நேரத்தில் வேனில் உணவுகள் வந்தன.

மைய இடத்தில் தரையிலேயே உட்கார்ந்தோம். வேனில் வந்தவர்களே உணவு பரிமாறினார்கள். விருந்து முடிந்தது.

சிறைகாடு நாட்டமை எமது அருகில் வந்தார்.

“நீங்க வந்த வேளை பள்ளிக்கூடம் உறுதியாச்சி,கம்பளிகளும் வந்திடும், சாப்பாடும் கிடைச்சாச்சி. உங்களுக்கு எப்படி நன்றி சொல்ல” என்று கூறி நாட்டாமை அழுதுவிட்டார்.

“அடசும்மா இருங்கய்யா எல்லாம் நல்லதே நடக்கும்” என்றுகூறி அனைவரையும் வணங்கி விடைபெற்றுக் கிளம்பினோம்.

தேனி வந்ததும் சரி நீங்க இருங்க நான் பஸ்ஸிலேயே போய்விடுகிறேன்” என்று கூறி கிளம்பினேன்.

9. பாய்ந்து வந்த ஓநாய்

கேரளக் காடுகள் மலை வனங்களில் மலையாளத் தொட்டியர்கள், தெலுங்குத் தொட்டியர்கள் வாழ்கிறார்கள். என கேள்விப்பட்டுக் கண்டு வரலாமே என்று புறப்பட்டேன்.

சிவகிரி வரையில் பஸ்ஸில் சென்று அங்கிருந்து நடந்தே அடிவாரம் சென்று மலை ஏறி அங்கு ஒரு மலைவாசியைத் துணைக்கு அழைத்துக்கொண்டேன்.

மேற்குத்தொடர் மலை உச்சியில் பல இடங்களில் பாறைகளில் சங்குச் சின்னம் இருந்தன. இது திருவனந்தபுரம் ராஜாவுக்கு அந்த மலைகள் சொந்தமானவை. மேற்கே கணக்கில்லாத மலைகள், தமிழ்நாட்டுக்கு ஒரே சரிவு, அந்தக் காலம் எல்லைகளைப் பிரித்தவர்களின் அறியாமையால் பல மலை வனங்களை இழந்தோம். அந்தப் பக்கம் இறங்கி வல்லக்கடவு வழியாக மிளாப்பாறை வழியாகச் சென்றோம். மாலை ஆகிவிட்டது.

அங்கு ஒரு ஏலத்தோட்டத்தில் இரவு தங்கி, காலை எழுந்து புறப்பட்டோம்.

இரண்டு மலைகள் ஏறி இறங்கி, ஒரு பகுதி அடைந்தோம்.

அதிலிருந்து பல பகுதிகளில் தொட்டியர் என்ற மலை மக்கள் வாழ்கிறார்கள். தெலுங்குத் தொட்டியர்கள், மலையாயத் தொட்டியர்கள், காட்டுத்தொட்டியர்கள், உறுமிக்காரர்கள், குடுலுக்காரர்கள். இப்படிப் பல பிரிவுகளாகப் பல வனப்பகுதிகளில் வாழ்கிறார்கள். சுமார் 12 ஆயிரம் பேர் வரை இருக்கலாம் என சொல்கிறார்கள். ஒரு பகுதிக்குச் சென்றேன் தொட்டியர்களை சந்தித்தேன். அறுபது எழுபது குடிசைகள் இருக்கலாம். எல்லாம் ஆங்காங்கே கிழக்கு நோக்கிக் கட்டப்பட்ட குடிசைகள். தலைவனைச் சந்தித்துப் பேசினேன், கொண்டுபோன உணவுப்பொருள் மற்றும் செலவுக்குப் பணமும் தந்தேன். தலைவன் தனது சனத்தையெல்லாம் அழைத்தான். ஆண்கள்

தலையில் கொண்டை போட்டு உள்ளனர். கைகள் தோள்கள் பக்கம் வளையம் அணிந்துள்ளனர். பெண்கள் கண்ணாடி வளையல்கள், இடது கையில் மட்டும் அணிந்துள்ளனர். சீலை ரவுக்கையுடன் தலைசீவி உள்ளனர்.

'உங்களைப் பற்றிய விபரங்கள் கூறுங்களேன்' என்றேன்.

அவர்கள் கொஞ்சம் தமிழ் வார்த்தை, அதிகத் தெலுங்கு வார்த்தைகள் பேசுகிறார்கள், வேறு பகுதியில் தமிழோடு அதிக மலையாளம் கலந்து பேசுகிறார்கள்.

"நாங்கள் ஆந்திராவில் விஜயநகரத்தில் படைவீரர்களாக இருந்தோம், விஜயநகரம் வீழ்ச்சிக்குப்பின் எதிரிகள் படையெடுத்தார்கள், நாங்கள் குடும்பங்களுடன் பல ஊர்மக்கள் ஓடி வந்துவிட்டோம், படையினர் பின்னாலேயே துரத்தி வந்தனர்.

"ஒரு மலைப் பகுதிக்கு வந்தோம், ஆற்றில் பெரு வெள்ளம் செய்வதறியாது, எங்கள் குலதெய்வத்தை வணங்கினோம், எதிர் கரையிலிருந்த ஒருமரம் அப்படியே சாய்ந்து கரையில் விழுந்தது. நாங்கள் அனைவரும் அந்த மரக்கிளைகளைப் பிடித்தபடி கரைக்கு வந்துவிட்டோம். படைவீரர்கள் வந்துவிட்டனர். மரம் அப்படியே எழுந்து பழைய படி நின்றது. ஆற்றைக் கடக்க முடியாத படைவீரர்கள் திரும்பிவிட்டனர். எங்களில் பலர் வடக்கே இருந்து வந்தவர்கள். அவர்கள் கோபியர்களின் வாரிசுகளாம் கண்ணன் பரம்பரை, என கூறினார்கள், நாங்கள் ஒன்றாகவே இணைந்தோம்."

"மேலும் தமிழ்நாட்டில் பல பகுதிகளிலிருந்து பஞ்சத்துக்கு பயந்து, பட்டினிக்குப் பயந்து, அவர்களும் அடுத்த மலைகளில் வந்து குடிசைபோட்டு வாழ்கிறார்கள், இப்படி பல வகையிலும் பல பகுதிகளிலிருந்தும் வந்து மலையாள மலைவாசிகளுடன் கலந்து வாழ்கிறார்கள். அவர்கள் தமிழோடு மலையாளம் கலந்தே பேசுவார்கள். இப்படி இந்த வட்டாரத்தில் பல இடங்களில் பல கூட்டங்களாக மலை மக்கள் வாழ்கிறார்கள்."

"நாங்கள் காய்கனி, கிழங்கு, தேன் எடுத்து வாழ்கிறோம். சில இடங்களில் மண்ணை வெட்டிப் பாத்தி கட்டி காய்கறிகள், நெல், கேப்பை பயிர்கள் பயிரிட்டும் வாழ்கிறோம்.

"நாங்கள் வரும்போது ஒரு பெண் அம்மிக்கல்லைக் கூடையில் தூக்கி வந்தாள். கணம் தூக்க முடியாமல் ஒரு இடத்தில் போட்டுவிட்டு வந்தாள். இங்கு வந்து பார்த்தால் கூடையில் அம்மிக்கல் இருந்தது. அதையே நட்டு தெய்வமாக வணங்குகிறோம்.

இரண்டு பெண்கள் நெல் கொண்டு வந்து பாறையில் இருந்த சின்னக்குழியில் போட்டனர் மூன்று நான்கு பேர் உலக்கையால் நெல்லைக் குத்தினர்.

சுற்றி நின்ற சில பெண்கள் தெலுங்கில் பாடினார்கள்

"கொட்டண்டி கொட்டண்டி
பாகனே கொட்டண்டி
வட்டு'னி கொட்டண்டி
பிய்யங்கா செய்யண்டி
ஜொன்னல்லு கொட்டண்டி
தைந்தல்லு கொட்டண்டி
பிண்டி'கா செய்யண்டி
கெஞ்சிகா வண்டண்டி"

நான்கை தட்டினேன் இன்னொரு பெண் பாடினாள்

"பொம்மக்கா மாயம்மா
மம்மன்னி காபாடண்டி
மல்லம்மா மாயம்மா
மா குடும்பாலனி பென்சம்மா"

"அருமை" என்றேன் ஆண்கள் யாரேனும் பாடலாமே" ஓராள் பாடினான்.

"ஜெடலக்கா நின்னுவலே
அந்த'ங்கா எவருலேது
கொடவன்னி கட்டுகோ
சுபிட்சங்கா பத்துக்கோ"

ஒரு பெண் இன்னொரு பெண்ணைப் பார்த்துப் பாடினாள்

"தூரங்கா' போகக்காஅக்கட
பாவுலு உண்டேனு"
மற்றவள் "நாபயிண்ட கொங்குலோ
மந்துண்டேதி பாவுலு பாரிபோனு"

நான் கைத்தட்டி அவளை வாழ்த்தினேன்.

ஒரு சிறுவன் ஓடி வந்தான் அவனைத் தூக்கி மடியில், வைத்தேன். ஒரு சாக்லேட் கையில் தந்தேன். "உன் பெயரென்ன? என்றேன். இன்னொரு பையன் வந்தான் என் முன்னால் நின்றான். "இவன் என் மகன் ஆனா எங்கப்பாவுக்குப் பிறந்தவன்" என்றான். உடன் அடுத்து ஒருவர் வந்து "எங்களில் சின்ன வயது ஆம்புளக்கு ஆளான பொன்ன கட்டிக்குடுப்போம். இவன்

பெரியவனாகிறவரக்கி மாமானார் தான் அவ புருசன் புள்ளய அவன் மகன்னுதா சொல்வோம். எங்கள்ள இதுதான் பழக்கம்" என்றான். "சரி சரி அவங்கவங்க வேலக்கி போங்க" என்றார் தலைவர், கிழங்கெடுக்க, தேனெடுக்கக் கிளம்பினர்.

நான் சிறிது தூரம் சென்று ஒரு பாறை உச்சியில் ஏறிக் கொண்டேன்.

வனத்தையும் ரசிக்கலாம் இவர்கள் வேலைகளையும் பார்க்கலாமே என்று மரங்களில் கருமந்திகள் கும்கூ கும்கூ" என்று சத்தமிட்ட வாறே கிளைகளில் தாவி ஓடின.

என் முன்னால் ஏதோ 'தம்' என்று குதித்து ஓடியது. ஒருவனை அழைத்து "இது என்ன மிருகம்பா" என்றேன் "சாமி இது சிங்கவால் குரங்கு" என்றான்.

"அதானே நான் இத நெனச்சிதா கேட்டேன்"

அதன் முகம் மனிதக்குழந்தை முகம்போல இருந்தது. இதனை வேட்டையாடினால் ஏழாண்டு சிறைத் தண்டனை என்று சட்டம் உள்ளது.

மேகக் கூட்டம் வந்து வனத்தையே மூடியது எதுவும் கண்ணுக்குத் தெரியவில்லை.

என் வாயிலிருந்து ஒரே புகை.

பாறைக்குக் கீழே ஒரு துடைதண்டி மலைப் பாம்பு அத்தை வீட்டுக்குப் போகும் மருமகள் போல மெல்ல ஊர்ந்து சென்றது.

"சாமி கீழே எறங்க வேண்டாம் மலைப் பாம்பு" என்றான் ஒருவன் அது செல்வதைப் பார்க்க வேடிக்கையாக இருந்தது.

அகப்பட்டதை அப்படியே விழுங்கி விடும். ஒரு மானைக் கூட விழுங்கி விடும்.

அதை யாரும் எதுவும் செய்யவில்லை. அவர்களுக்கு வழக்கமான நடப்புக்கள் தானே.

பாறையைச் சேர்ந்த ஒரு மரத்தின் மேல் பார்த்தேன். பெரிய அளவில் தேன் கூடு இருந்தது.

"எப்பா இதப்பாக்கலியா? " என்றேன்.

"சாமி எங்க சாமிக்கி பொங்க வைப்போம். அப்ப எடுக்கலாமுனு விட்டுவச்சிருக்கோம் பெரிய கூடில்லையா, ரெண்டுபடி தேனாவது இருக்கும்." நான் அதையே பார்த்துக் கொண்டிருந்தேன்.

தேனீக்கள் சுற்றி நடனமாடிக் கொண்டிருந்தன.

ஒரு இடத்தில் ஜடலக்கா, கிழங்கெடுக்கக் கம்பியால் தோண்டிக் கொண்டிருந்தாள்.

அவளைப் பார்த்து ஒரு ஓநாய் வந்துகொண்டிருந்தது. பார்த்த அவள் ஓடுவதற்கு எழுந்தாள்.

ஓநாய் அவள் மீது பாய்ந்தது.

எங்கிருந்தே வந்த கொடவன் அவளைப் படக்கென்று தள்ளிவிட்டான்.

அவள் ஒரு பக்கம் விழ, ஓநாய் சகதியில் விழுந்தது.

எழுந்து உடலைச் சிலிப்பிக்கொண்டு அவன் மீது பாய்ந்தது.

அவன் படக்கென்று அதன் கழுத்தைப் பிடித்துக் கொண்டான். ஓநாய் அதன் கால்களின் நகங்களால் அவன் உடலில் கீறியது. உடலெங்கும் ரத்தக் காயங்கள் வேகமாய் எழுந்து வந்த ஜடலக்கா அதன் கால்களைப் பிடித்துக் கொண்டாள்.

ஓநாயின் கழுத்தை நெறித்து இறுக்கிய அவன் அதை ஒரு கிடங்கில் வீசினான். ஓநாயின் சடலம் கிடங்கில் விழுந்தது.

ஆவள் ஓடி பச்சிலை பறித்து வந்து காயங்களில் தடவினாள்.

“இப்ப எப்படியிருக்கு”

“ஓங்கய்யிபட்ட இடம் வலி எல்லாம் போயி சில்லுனு இருக்குத்தா”

அதற்குள் மற்றவர்களும் ஓடி வந்தனர்.

விழுந்த அவளுக்கும் தலையில் காயம் அவன் கையிலிருந்த பச்சிலையை வாங்கி அவளின் தலையில் அடிபட்ட இடத்தில் தேய்த்தான்.

அவர்கள் அப்படியே குடியிருப்புக்குத் திரும்பினர்.

சிலுசிலுவென மழைத்தூரல் விழுந்தது.

சூரியனின் செவ்வொளி வனத்தையே தங்கமயமாக்கியது.

10. ராஜநாகமும் எறும்புதின்னியும்

அன்று ஒரு துறவி காரில் என்னைப் பார்க்க வந்தார்.

"வணக்கம் நான் இமயமலையில் ஆசிரம் வைத்துள்ளேன். ஆஞ்சநேயர் பற்றி படம் எடுக்க பல மலைப் பகுதிகளைப் பார்த்து வருகிறேன். இப்போ சதுகிரி மலைக்குப் போக வேண்டும். இங்கு ஒரு ஆலை அதிபரிடம் கூறினேன். அவர் கார் தந்து உங்களைப் பார்க்கச் சொன்னார்." என்று கூறினார். ஒரு பையில் துணிமணிகள் எடுத்துக்கொண்டு புறப்பட்டேன்.

கடையில் பழங்கள், கடலை மிட்டாய், பாக்கெட்டுகள், பிஸ்கட் பாக்கெட்டுகள் வாங்கிக்கொண்டு கிளம்பினோம்.

அடிவாரம் தாணிப்பாறை பகுதியில் காரை நிறுத்திவிட்டு மலையேறினோம் இரண்டு மணி நேரத்தில் உச்சிக்குப் போய் விட்டோம். கோவில் தரிசனம் முடித்தோம் கூட்டம் அதிகமில்லை.

"இங்கே பல மடங்கள் இருக்கின்றன. சோறு, கஞ்சி தருவார்கள் இரவிலும் தங்கலாம்" என்றேன்.

"பல இடங்கள் இங்கே சுற்றிப்பார்க்க வேண்டும் என்ன செய்யலாம்" என்றார்.

"சிறிது தூரத்தில் மலைவாழ் ஆதிவாசி மக்கள் குடிசைகளில் வாழ்கிறார்கள், அவர்களிடம் சென்றால் 18 சித்தர்கள் தங்கிய குகைகளுக்கு அழைத்துச் செல்வார்கள், வேறு இடங்களையும் காட்டுவார்கள்" இரவில் தங்க"?

"அவர்கள் குடிசைகளிலே தங்க அனுமதிப்பார்களா?

"கட்டாயம் அனுமதிப்பார்கள்" என்று கூறி அழைத்துச் சென்றேன்.

மலை மக்கள் நாட்டாமையைச் சந்தித்துப் பேசினேன். அவர் ஒரு ஆளை அனுப்பினார். அவன் எமக்கு பல்வேறு சித்தர் குகைகள், பல காட்டுக் கோவில்கள், நீர்வீழ்ச்சிகள் அழைத்துச்சென்று காட்டினன். துறவி பல இடங்களையும் புகைப்படம் எடுத்துக் கொண்டார். இருட்டிவிட்டது.

நிலவொளி சரியாக இல்லாததால் எங்கும் இருட்டு. வந்தவன் ஒரு இடத்தை சுட்டிக் காட்டினான்.

ஒரு இடத்தில் பள பள வெளிச்சம் தெரிந்தது.

"நிலவொளியே தெரியவில்லலை அங்கே எப்படி வெளிச்சம்" என்றேன்.

"அது ஜோதிப்புல், இரவில் வெளிச்சம் தரும்" என்றான்.

"சரி அங்கே போகலாமா? அழைத்துச் செல்வாயா? " என்றேன். சாமி ஜோதிப்புல்லுள வெளிச்சம் வருது. அதுக்கு மயங்கி அங்கே பாம்புகள் வந்து அடையும், அதாலே அங்கு போக முடியாது".

"காலையில் கூட்டிப் போகலாமா? எனக் கேட்டேன்

"சரி சாமி" என்றான். நாங்கள் திரும்பினோம்.

நாங்கள் சாப்பிட சில பழங்களை, எடுத்துக் கொண்டு அவர்களுக்கு பழங்கள், கடலை மிட்டாய், பிஸ்கட் எல்லாம் தந்தோம், அவர்களை கூட்டமாக வைத்துப் புகைப்படம் எடுத்தார் துறவி. அவர்களுக்குப் பெரிதும் மகிழ்ச்சி.

இரவில் நாங்கள் பொத்தல் குடிசையில் தங்கினோம். கீழே சாக்கு போர்த்திக்கொள்ள சாக்கு, தலைக்குக் கட்டை, படுத்தோம். பொத்தல் வழி குளிர்காற்று, யானை, புலி விலங்குகளின் சத்தங்கள் பயத்துடனே படுத்துத் தூங்கினோம். இரவில் ஒருவன் டியுப் லைட் போல ஜோதி மரக்கட்டை கொண்டு வந்தான் அதிசயமாக இருந்தது. விடிந்ததும் எடுத்து எதையோ சுற்றி வைத்தான்.

ஆற்றில் குளித்துவிட்டு வந்தோம்.

சாப்பிட அவர்கள் அவித்த கிழங்கு தந்தார்கள், துறவி சாப்பிட்டார் என்னால் சாப்பிட முடியவில்லை. மண்கூட ஒரு சுவை இருக்கும் கிழங்கு எந்தச் சுவையும் இல்லை.

கொஞ்சம் கிழங்கு, கொஞ்சம் தண்ணீர் அப்படியும் முடியவில்லை. ஒருவன் வெல்லக்கட்டிக் கொண்டு வந்தான். அதைக் கடித்துக் கிழங்கைச் சாப்பிட்டேன்.

ஒருவன் கூறினான். "சாமி வாழ்நாளெல்லாம் எங்களுக்கு இதுவே சாப்பாடு" என்றான்.

"மன்னிச்சிடுங்கப்பா என்னால முடியல்லயே" என்றேன்.

அவர்கள் ஆண்களும் பெண்களும் கிழங்கெடுக்க உணவுப் பொருட்கள் எடுக்கச் சென்றனர்.

குரங்குகள் குடிசைகளைச் சுற்றிச்சுற்றி வந்தன.

கொ.மா.கோதண்டம்

நான் என்னிடமிருந்த இரண்டு பழங்களை வீசினேன். அவை ஒன்றுக்கொன்று அடித்துக்கொண்டு பழத்தைப் பலவாகப் பிய்த்துத் தின்றன.

சுவாமி அவைகளைப் புகைப்படம் எடுத்தார்.

தன்னிடமிருந்த ஏதோ உணவை ஒரு பாறையில் வைத்தார். அங்கும் சண்டை

"ஆஞ்சநேயரின் வாரிசுகள் அல்லவா" என்று அருகில் நின்று என்னைப் படம் எடுக்க வைத்தார்.

மரக்கிளைகளில் குரங்குக்கூட்டம் செல்லவே இவைகளும் மரமேறிச் சென்று விட்டன.

"நாம் இருவரும் சென்று இப்படியே சுற்றிப் பார்க்கலாமே" என்றார் சுவாமி.

'சரி' என்று கிளம்பினோம்.

ஒரு இடத்தில் யானைச் செந்தட்டிச் செடிகள் நிறைய இருந்தன, ஆலிலை அகல இலைகள் நம்மீது பட்டால் எரிச்சல் தாங்க இயலாது".

"செடிகளில் கூட அப்படி இருக்கிறதா"

"ஆம் சுவாமி தட்டுப்பலா என்று ஒரு குறுமரம் இருக்கிறது, அதில் விழுந்துவிட்டால் உயிர்கூட போய்விடும். அப்படி எரிச்சல் நாங்கள் கவனமாகப் பார்த்து நடந்தோம்.

அழகான அமைப்பில் மேடைபோல பாறை இருந்தது.

"இதில் சிறிது நேரம் அமரலாம்" என்றார். ஏறி அமர்ந்தோம்.

உணவு எடுக்கச்சென்ற ஆதிவாசிகள் திரும்பிக் கொண்டிருந்தனர்.

வனத்தில் பறவைகள் எச்சத்தால் ஆங்காங்கே ஏலச்செடிகள், மஞ்சள், இஞ்சிச்செடிகள் மரங்களைச் சுற்றி மிளகுக்கொடிகள் சுற்றி இருக்கும்.

ஏலத்தில் இரட்டைப்பழம் எப்போதாவது தென்படும் வாழைப்பழத்தாரில் இரட்டைப்பழம் போல 'அதை எடுத்த பெண்ணுக்கு யோகம்' என்ற நம்பிக்கை, ஒரு பெண்ணுக்கு இரட்டைப்பழம் ஒன்று கிடைத்துள்ளது. ஏலத்தோட்டம் என்றால் இரட்டைப்பழம் எடுத்த பெண்ஹுக்கு அன்று இரட்டைச் சம்பளம் அனைவருக்கும் விருந்து. அவர்கள் பாடிக்கொண்டே அருகே வந்துவிட்டனர்.

"ஏலச்செடியில் ரெட்டைப் பழம்
எடுத்தவ வாரா
கேளாத வரன் கூட கிடைக்கப்போகுது
வாராத இளவட்டம் வந்திடப்போறான்
சீராக கழுத்தில் தாலி கட்டிடப் போறான்
ரெட்டப்புள்ள அடுத்த வருசம்
பெத்துக்கப்போறா
ரெட்டைமாடி வீடு ஒன்னு கட்டிக்கப் போறா
கூட்டத்தார் எல்லோருக்கும் உதவிடப்போறா"

எங்கள் அருகே வந்து நின்றனர். விபரம் சொன்னார்கள் சுவாமி ஒரு நூறு ரூபாய்த்தாளை அவளுக்குத் தந்தார். எல்வோரும் அப்படியே உட்கார்ந்து கொண்டனர்.சுவாமி எல்லோருக்குமாக நூறு ரூபாய்த் தாள்கள் தந்தார்.

"யாராவது பாடுங்களேன்" என்றார்.

ஒருவன் பாடினான்.

"தாமரபூத்தாப்புல தளதளக்குறா
ஆமாமா இவதானே பேரழகியாம்
ஏமாமா என்று என்னை கூப்புடப் போறா
ஆமாமா இவளத்தான் கட்டிக்கப்போறேன்"

நாங்களும் தை தட்டினோம். அடுத்து ஒரு பெண் பாடினாள்.

"பூவாத செடிகளெல்லாம்
பூத்துக் குலுங்குதடி
காயாத மரமெல்லாம்
பழுத்து தொங்குதடி
நடக்காத கண்ணாலம்
நடக்கப்பொவுது
கிடைக்காத நல்லது நமக்கு
கிடைக்கப்போகுது"

இன்னொரு பெண் பாடினாள்.

"காட்டுப் புலியவிரட்டியடிச்ச
கடம்பனும் வாரான்
காட்டுக்குள்ளே அழகி இவளை
கட்டிக்கப்போறான்"

எல்லோரும் கைதட்டினோம்.

அவர்கள் புறப்பட எழுந்தார்கள். உணவுப்பொருள்கள் எடுக்க. சுவாமியும் நானும் எழுந்து சென்றோம். அது அடர்வனம் ஒரு பாறையில் அமர்ந்தோம்.

சுவாமி பேசினார்.

“நீங்கள் கவிஞர் என்று கூறினார்களே. ஒரு பாட்டுப் பாடுங்களேன்”

“சுவாமி நான் எழுதுவேன் பாட என்னால் முடியாது குரல்வளமில்லை”

“பாட வேண்டாம் வசனமாகவே கூறுங்களேன்”

சரி சரி நீங்கள் ஆஞ்சநேயர் பற்றித்தானே படம் எடுக்கப் போகிறீர்கள் ‘நான் ஆஞ்சநேயர் பற்றி வசனக் கவிதை போல கூறுகிறேன்’

“அனுமனே ஐயனே அஞ்சனை மைந்தனே
அரிராமன் தூதனே காற்றரசு புதல்வனே
துணிவின் சிகரமே தூய்மையின் உருவமே
சூரியனிடமே பாடங்கள் கற்றவா
குன்றுபோல் வலியனே கன்றுபோல் எளியனே
கொள்கையின் ஆழமே குவலயத் தோழனே
கண்ணன் போல் விசுவரூபமே எடுத்தவா
கடலை கடந்து வானைக் கிழித்தவா
சீதையை இலக்குவனை பரதனைக் காத்தவா

செகத்தினை காத்தவா இலங்கையை எரித்தவா
ஆதவனிடம் கற்றவா ராமனே உனக்கு
தன்னையே அளித்தான் தருமத்தின் உருவமே”

“அருமை அருமை இதனை என் படத்தில் இசையமைத்து பாடலாய் சேர்க்கிறேன்” என்றார்.

“உமக்குத் திரைப்பட அனுபவம் உண்டா” என்று கேட்டார்.

“25, ஆண்டுகளுக்கு முன்பு திடைப்பட இசை இயக்குநர் M.P.சீனிவாசன் பல பள்ளிகளில் என் பாடல்களை இசை ;நிகழ்ச்சிகளில் பாடி மாணவர்களுக்கு கற்றுத்தந்தார் என் கவிதைகளிலிருந்து ஒரு பாடல் எடுத்து ‘சேர்ந்து பாடுவோம்’ என்ற சிறுவர் திரைப்படத்தில் என் பாடல் சேர்த்துக் கொண்டார்.

“என்ன ஏன் எப்படி என்றே கேள்விகள் கேளு

சின்னத்தம்பி கேளு சிறந்த கேள்விகள் கேளு”

என்ற பாடலைப் படத்தில் பாடி எனக்கு நூறு ரூபாய் அனுப்பி வைத்தார்.

“பின் ஏன் அந்த முயற்சியில் ஈடுபடவில்லை”

“அங்கேயே பலர் காத்திருக்கிறார்கள், எனக்கு விருப்ப மில்லை.” ஒரு ஓடையைக் கடந்து சென்றோம். உள்காட்டில் மழைபோல, ஓடையில் வெள்ளம் இடுப்பளவுத் தண்ணீர். ஓர் ஆதிவாசி இளம் பெண் வந்தார்.

“ஐயோ நான் எப்படிப்போவேன்” என்று அழுதாள்.

“ஏம்மா உன்ன நா தூக்கிப் போகட்டா?” அவள் தயங்கினாள்.

நான் அவளைத் தூக்கித் தோளில் போட்டுக்கொண்டேன். சுவாமி என்னைப் பிடித்துக் கொண்டார். வெள்ளம் சத்தம் கேட்டு ஆதிவாசி இளைஞன் ஓடிவந்தான். நீரில் பாய்ந்து வந்து அவளை என்னிடமிருந்து வாங்கிக்கொண்டு என்னைப் பிடித்துக்கொண்டு நடந்து கரையேறினோம்.

“சாமி நீங்க வந்திருக்கக் கூடாது. மேலும் அதிக வெள்ளம் வந்தா அதான் வெள்ளம் சத்தம் கேட்டு நான் ஓடி வந்தேன். தீடீரென கழுத்தளவு தண்ணீர் கூடியது. நல்ல வேளையப்பா என்றேன். சுவாமியும் இருவரும் முன்னே சென்றனர். திடீரென மிக நீளமான பாம்பு எனக்கு முன்னால் படம் எடுத்து ஆடியது. நமது நாட்டுப் பாம்புகளைப் போல இரண்டு மடங்கு பெரிதாகப் படமெடுத்திருந்தது. நான் கை கால்களை அசைக்காமல் மவுனமாக நின்றேன். ஏதோ சத்தம் கேட்டு அவர்களும் திரும்பி விட்டனர். அப்படியே சிறிது நேரம் ஆனது. பாம்புபோய் விட்டது.

“சாமி நல்ல வேளை. நீங்க விரட்டவோ கும்பிடவோ கைகளை அசைத்திருந்தா ராஜநாகம் சிர்ரென எச்சில் உமிழ்ந்தாலே கொடிய விஷம்” என்றான்.

“எனக்கு அனுபவம் இருக்கப்பா பல மிருகங்களை இப்படி சந்திச்சி இப்படி அமைதியா பய நடுக்கத்துடன் இருந்து தப்பிச்சிருக்கேன்” என்றேன்.

உடனே சுவாமி “ஆஞ்சநேயர் காப்பாத்துவார் தானே” என்றார்.

பாம்பு சென்ற திசையில் சத்தம் வரவே பார்த்தோம் ஒரு எறும்புதின்னி வந்தது. சற்று பெறிதாகவே இருந்தது. வந்து கொண்டிருந்த பாம்பு ராஜநாகம் வேகமாக அருகில் சென்றது. எறும்புதின்னி அப்படியே பெரிய பனம்பழம் போல சுருட்டிக்கொண்டது.

"சாமி இந்த எறும்புதின்னி உடம்பு முழுசும் ஆமை மாதிரி செதில் செதிலா இருக்கும். சுருட்டிப் படுத்துக் கிடிச்சின்ன உடம்புல பல்லோ நகமோ போகாது. வந்த மிருகம் திரும்பிப் போயிடும், இது ஒரு அதிசய மிருகம் உங்களுக்கு நல்ல பார்வை அனுபவம்" என்றான். எல்லோரும் புறப்பட்டோம்.

11. மன்னடையன் மொட்டச்சி புதுமைத் திருமணம்

மூடங்கியாற்றிலிருந்து வடக்குப் பக்கம் செல்லும் பாதையில் மலையடிவார செண்பகத் தோப்புக்குப் போகும் பாதையில் நடந்து கொண்டிருந்தேன்.

இரண்டுபக்கமும் தோப்புகளும் தோட்டங்களுமாகக் குளிர்ச்சியாக இருந்தன. வேலி முட்செடிகளில்படாமல் நடந்து கொண்டிருந்தேன்.

தூரத்து மலைக் கணவாய், தெரிவது பல்லினச்சான் கணவாய், ரெண்டு தூரல் விழுந்தாலே போதும், ஊருக்கெல்லாம் தெரிவது போல வெள்ளைக் கோடாக பல்லிளிப்பது போல நீர் வருவது தெரியும்.

அடிவாரத்தில் கல்லாறு, எங்கும் பாறைகளாகத் தண்ணீர் 'சோ'வெனப் பாயும் ஆறு. குளிக்கவே இடமிருக்காது. பார்த்துத்தான் குளிக்க வேண்டும்.

சிறிது தூரத்தில் இராக்காட்சியம்மன் கோவில்.

கிராமங்களிலிருந்து கூட்டமாக வேன்கள், லாரிகளில் பக்தர்கள் வந்து பூஜை செய்து விருந்து வைப்பார்கள்.

சிறிது விலகி வேறு பாதையில் சிறிது மலை ஏறினால் தொட்டி கள்ளழகர் கோவில், எந்த நேரமும் நூபுர கங்கை என்ற துவாரம் வழி தொட்டியில் தண்ணீர் 'சலசல'வென விழுந்து கொண்டிருக்கும்.

கோவிலுக்கு லாரியில் கூட்டமாக வருபவர்கள் மரக்கிளைகளில் தொங்கும் விளாம்பழங்களைப் பறித்துச் சேகரிப்பார்கள். தெரிந்தவர்கள் தென்னந்தோப்புகளில் வருபவர் களுக்கு இளநீர் போட்டுத் தருவார்கள்.

இந்தப் பாதையில் யானைகள் நடமாட்டம் இருக்கும்.

அழகர்கோவில் பாதையில் இருபுறமும் தானாங் காய்ச்சிமரங்கள் அழகுடன் காட்சியளிக்கும் அதன் காய்கள்

இரண்டு இறக்கைகள் போல இருக்கும் காற்றுக்கு விழுந்து சுற்றிக் கொண்டே போய் எங்கேனும் விழும்.

நாம் பிடித்துத் தூக்கிப்போட்டால் அருமையாகச் சுற்றிக் கொண்டே கீழேவரும் சிறுவர்கள் விளையாட எடுத்துச் செல்வார்கள்.

அப்பகுதியில் மாந்தோப்புகள் இருக்கின்றன.

இராஜபாளையம் சப்பட்டை மாம்பழம், பஞ்சவர்ண மாம் பழங்கள் மிகச் சுவையானவை.

தெரிந்த தோப்புக்காரர்கள் பழங்கள் தருவார்கள்.

இந்தச் சிந்தனைகளுடன் செண்பகத்தோப்பு அருகில் வந்து விட்டேன்.

பாதையில் செண்பக மலர்கள் கீழே விழுந்து கிடந்தன. செண்பக வனத்தாய் வரவேற்பு சிறப்பாக இருந்தது.

பாதை அருகே ஒரு பாறையில் அமர்ந்தேன்.

அடிவாரத்தில் மரங்கள்மேல் மலையணில்கள் தாவித்தாவி ஓடிக் கொண்டிருந்தன. நாட்டு அணில்களைவிட ஏழெட்டு மடங்கு பெரிதாக இருக்கும். 'கிக்கிக்' கென்று சத்தமிட்டு இசைக்கையில் அதன் வால் மரக்கிளைகளில் இசைக்கேற்பத் தட்டித் தாளமிடும்.

இப்பகுதி சாம்பல்நிற மலை அணில் சரணாலயம்.

அந்தப் பாதையில் ஓர் ஆதிவாசி வந்து கொண்டிருந்தான் பேசலாமே என அழைத்தேன்.

"உன் பெயர் என்னப்பா" என்றேன்.

"மண்டையன் சாமி" என்றான்.

பிஸ்கட் பாக்கெட் தந்து உட்கார வைத்தேன்.

அவன் எதையோ பார்த்து வேகமாகச் சென்றான்.

"சாமி வாங்க" என்றான் அங்கு சென்றேன்.

தரையைக் காட்டினான்.

ஒரு அங்குல சதுர வடிவில் ரயில் பெட்டிகள் இணைத்தது போல அதிகமான கால்களுடன் ஒரு உயிரினம் சென்று கொண்டிருந்தது. பார்க்கவே வித்தியாசமாக இருந்தது.

"சாமி இது பேய்ப் பூராண் அடிச்சாலும் சாகாது, கொஞ்ச நேரத்துல உசுரு வந்து போயிடும், இது ரொம்பவும் விஷம், இது கடிச்சா காட்டெருமை கூடச் செத்துடும் இதனால் தீயில போடுவோம்".

ஏன்று கூறி அதை ஒரு கம்பால் தூக்க முயன்றான்.

"எப்பா மண்டையா அதைக் கொல்ல வேண்டாம் தூர வீசிடு போகட்டும்" என்றேன்.

அவன் தூர வீசிவிட்டு வந்தான்.

வேறு பாதைகளில் கிழங்கு மற்றும், உணவுப் பொருள் எடுக்க மலை மக்கள் வந்து கொண்டிருந்தனர்.

அங்கு மொத்தம் முப்பது குச்சில்களில் அவர்கள் வாழ்கிறார்களாம். அவர்களைப் பற்றிய முழுமையான விபரங்களை மண்டையன் என்னிடம் விளக்கிக் கூறினான்.

வந்த அவர்களை உட்காரவைத்தேன். அனைவருக்கும் கடலைமிட்டாய், பிஸ்கெட்டுகள் தந்தேன் அவர்களும் மகிழ்ச்சியாக இருந்தனர்.

'யாராவது பாட்டுப் பாடுங்களேன்' என்று கேட்டேன்.
ஒருவன் பாடினான்

"சந்தனக் காட்டு மரிக்கொழுந்தே
தானிக்குடி தாமரையே
மந்திப்பாற மாங்கனியே
மாமன் வீட்டு தேங்கனியே
உன்ன நானும் விரும்புரேண்டி
ஊரு பயகளும் விரும்புராக
என்னதான் செய்யப்போறே
இளவட்ட மான் குட்டியே"

அவள் பாடினாள்

"என்னை விரும்புகிற
எந்த ஆம்புள ஆனாலும்
சின்னப்பாற யானை தன்னை
அடக்கவேணும் புரிஞ்சிக்கோ."

நான் கைத்தட்ட அனைவரும் கைத்தட்டினார்கள்.

ஓராள் பாடினான்

"மல்லிப்பூ பல்லுக்காரி
மழைக்கெல்லாம் எங்கிருந்தே"?

அடுத்தவள்

"கள்ளழகர் மடத்துக்குள்ளே
கன்னி நான் ஒளிஞ்சிருந்தேன்"
அவன்
"அங்கே வேறு ஆளில்லையா
அழகிய கண்டா விடுவானா?"
"என்னுடைய எடக்கையால
எட்டி அடிச்சி தள்ளிடுவேன்"
அவள்
"எவனுந்தா வருவானோ?
இவளுந்தா விடுவாளோ?"
கைதட்டல் ஆரவாரம்

"சரி நாங்க கிழங்கெடுக்கப் போறோம் சாமி, அப்புறமா எங்க குச்சில்பக்கம் வாங்கசாமி" என்று சொல்லியவாறே அவர்கள் சென்றுவிட்டனர்.

மண்டையன் ஏதோ சொல்ல வந்தான்.

"சரிப்பா சொல்லு என்ன தான் சொல்ல வந்தே"

"சாமி உங்ககிட்ட ஒன்னு சொல்லனும் இது வேற யாருக்கும் தெரியாது. எங்க நாட்டாமகிட்ட மட்டும் சொன்னேன்" சரி யோசிச்சி சொல்றேன் சாமி என்றார்" என்றான்.

"சாமி நா அடுத்த மலைவாசி, ஒரு காரணத்துக்காக இங்க வந்திட்டேன், இப்பவும் என்னப்பற்றி யாருக்கும் தெரியாது அதனாலதா நா இங்கேயே இருக்கேன் சாமி.

சின்ன வயசுல குறிப்பிட்ட உறுப்புல புண் வந்து ரொம்ப நா சங்கடப்பட்டேன். அடுத்த ஊரு வைத்தியர் மருந்து போட்டு புண் ஆறிடிச்சி என்னால ஒரு பொம்புளக்கு சுகம் தர முடியாது சாமி."

"ஆனா சாமி மனசுல ஆச விடலயே சாமி ஒரு பொட்டச்சிய கண்ணாலம் பண்ணனும் அவள கட்டிப்புடிச்சி பொரளனும் ஆசய கட்டுப்படுத்த முடியில்லே விசயம் தெரிஞ்சா எவளும் என்னக் கட்டிக்கிடமாட்டா எனக்கு என்னன்றும் புரியல்ல சாமி நீங்க தான் எனக்கு ஒரு வழிகாட்டனும்"

"என்னப்பா ஒன்ன கட்டிகிடுறவ இதுக்கு சம்மதிக்கனும் அவ அடுத்தவன் கிட்ட போயிட்டா உன் மனசு சங்கடப்படும் புருசன் செத்த விதவை யாராச்சிம் இருக்காளா?"

“ஆமா ஒருத்தி இருக்கா புருசன் போயிட்டான் அவ அழகா இருக்கமாட்டா அதனால அவள எவனும் கட்டல நாட்டாமை எவனயோ பாத்து கட்டி வச்சாக அவனும் போயிட்டான்”

“இப்ப அவ எங்க இருக்கா”

“அப்ப வந்தவங்கள்ள அவளும் ஒருத்தி, பக்கத்துலதான கெழங் கெடுக்கப் போயிருக்கா”

“சரி இப்ப போயி நான் கூப்புட்டதா அவள கூட்டியா”

அவள் வந்தாள்“உன் பேரென்னம்மா”

“மொட்டச்சி சாமி”

“எம்மா இந்த மண்டையன் இருக்கானே அவன நீ கட்டிக் கிடுதியா “

“அவன் சம்மதிப்பானா சாமி”

“நல்லா கேட்டுக்கோ அவனால உனக்குச் சுகம் தர முடியாது. பேருக்கு, உதவிக்கு, உனக்குத் துணைக்கு, ஒரு ஆம்புளயா சமச்சிப்போட வயசான காலத்துல துணையா இருந்துக்கலாம் நீ என்ன சொல்றே”

“எம்மா மொட்டச்சி உங்களுக்கு நான் ஒரு மூடை கேப்பை வாங்கித்தாரேன். சீலுத்தூருக்கு பேயி மூடையை ஆளுக்குப் பாதி மூடையா தூக்கிட்டு வந்திரலாம் உங்க நாட்டாமைகிட்ட சொல்லி நானே கல்யாணம் முடிச்சி வைக்கிறேன்”

“ரெம்ப சந்தோசம் சாமி இத்தன வருசத்துக்கு எனக்கு வாழ்வு தந்திருக்கிங்க மொட்டச்சியும் சந்தோசப்படுறா. அவர்கள் சென்று நாட்டாமையிடம் கூற அவர் கைகளை இணைத்து வைத்தார்.

நாங்கள் உட்கார்ந்திருந்த பாறையருகில் வந்து கொண்டிருந்தோம். ஏதோ சத்தம் கேட்கவே தூரத்தில் பார்த்தோம். ஒரு காட்டு எருமை பருத்த உடலுடன் ஓடிவந்து கொண்டிருந்தது “சாமி பாறையில் ஏறுங்க” என்றதும் மூவரும் ஏறினோம். பாறை உச்சிக்கு வந்து விட்டோம்.

அருகில் வந்த எருமை ‘ஊம்’ என்ற பயங்கரச் சத்தமுடன் பாறையைச் சுற்றி வந்தது. கொம்புகளும் தலையும் பயத்தைத் தந்தது, வடக்கே இருந்து ஒரு காட்டெருமை வந்தது.

அதனைக் கண்டதும் இது ஓடிச்சென்று படீரென்று முட்டியது. அதுவும் பின்வாங்கி வந்து இதனை முட்டியது.

இரண்டும் மோதும் சத்தங்கள் ஏதோ வெடிகள் வெடிப்பதுபோல் இருந்தன. ஒரு எருமையின் கழுத்தில் அடுத்த எருமையின் கொம்பு குத்தி, குபு குபு வென இரத்தம் வடிந்தது. அந்த வேதனை வேகத்தில் இதன் வயிற்றில் குத்தியது. இரத்தம் வடிந்தது மேலும் மேலும் மோதிக்கொண்டன.

சிறிது நேரத்தில் இரண்டுமே மயங்கி விழுந்தன. மண்டையன் மெல்ல இறங்கி அருகில் சென்று கூர்ந்து கவனித்தான்.

மயங்கி இருக்கும் எருமைகளின் அருகில் சென்று தன் தலைத்துணியை எடுத்து அதன் இரத்தம் துடைத்தான் சென்று பச்சிலைகள் பறித்து அரைத்துப் புண்கள் மேல் தடவினான்.

படக்கென்று மேலே ஏறி வந்துவிட்டான்.

மெல்ல எழுந்த எருமை தள்ளாடிக்கொண்டே நடந்தது.

அடுத்ததும் எழுந்து தன் வழி சென்றது.

மற்ற ஆதிவாசிகளும் வந்து விட்டனர். மண்டையன் மொட்டச்சி கண்ணாலம் தெரிந்து பூ போட்டு வாழ்த்தினர்.

“யப்பா நா கெளம்பனும் நீங்களும் வாரியளா, கேப்பை மூடைய ரெண்டு பேரும் தூக்கி வந்திடலாம்”

“சாமி அடுத்த தோப்புல மாட்டு வண்டி கிளம்பப் போருது நீங்க கேட்டா வண்டியிலேயே போகலாம்.

திடீரெண்டு பெருமழை பிடித்துக் கொண்டது அவர்கள் பாறைக் கடவுகளுக்குள் ஒளிந்துகொண்டனர்.

12. தீர்த்து வைத்த பிரச்சினைகள்

பஸ்ஸிலிருந்து தேவதானத்தில் இறங்கினேன். ஊரிலிருந்து தூரத்தில் இருந்தது பிரபல கோவில். அங்கு தேரோட்டத் திருவிழாவில் பெருங்கூட்டம் சேரும். காட்டுப்பகுதியானதால் தேரோட்டம் முடிந்ததும் ஆளரவம் இருக்காது. அதை ஒட்டியே ஒரு பழமொழி "தேவதானம் தேரோட்டம் திரும்பிப் பார்த்தால் நாயோட்டம்" கோவில் திருவிழா முடிந்து மேலும் நடந்தேன். அடிவாரத்தில் ஆற்றங்கரையில் ஒரு சிறு கோவில். மடத்தில் சிலர் நடமாட்டம் தெரிந்தது. நேரே மலை ஏறினால் ஏலத்தோட்டங்கள் வரும். வடக்கு மலைச் சரிவுப் பக்கம் சென்றேன்.

அங்கே ஆதிவாசி மலைமக்கள் பளியர்கள் ஒரு பத்து குச்சிகளில் வாழ்கின்றனர்.

அங்கு சென்றதும் அந்த மக்களும் நாட்டாமையும் என்னை அழைத்துப் பாறையில் அமர வைத்தனர்.

அங்கேபலபிரச்சினைகளைப்பேசித்தீர்த்துக்கொண்டிருந்தனர்.

ஒருவன் வந்தான் அவன் பெயர் நொண்டியனாம்.

"ஐயனே என் பிரச்சினை தீர்த்து வைக்கோணும்"

"என்னப்பா உன் பிரச்சினை"

"ஐயனே எம்பொஞ்சாதி ராவுல எவன் கூடவோ படுத்திருந்து வந்திருக்கா. அவ கூட நா வாழ மாட்டேன். "என்றான்.

"ஐயனே அவன் சொல்லறது நெசந்தான் ஐயனே இவன் குச்சில்ல பகல்லயும் தூக்கம், ராவுலயும் தூக்கந்தான். பக்கத்துல படுக்க வாரதில்லே எத்தன நா தான் ஒரு பொட்டச்சி பொறுத்திருப்பா, இந்த எடத்தில எவ இருந்தாலும் இப்படித்தான் இருப்பா. நீங்க என்ன சொன்னாலும் கேட்டுக்கிடுதேன் ஐயா"

டே நொண்டியான் நீ என்ன நாட்டுக்கார சாமின்னு நெனச்சிக்கிட்டயா ஒடனே தீத்து வைக்க, நம்மகிட்ட இதெல்லாம் சகசம் தானப்பா நீ பொம்பள பக்கம் படுக்கலேன்னா அவ அப்படித்தான் செய்வா இதுல வேற ஒன்னும் செய்ய முடியாது. நீ இனிமே அவ பக்கத்துலதான் படுக்கனும்."

“இவதான் ஒம் பொஞ்சாதி, இவ கூட தான் நீ வாழனும். வேற வழியில்லே இதுதான் முடிவு ஒழுங்கா இரு” என்றார்.

“சரி தான் ஐயனே” அவன் எழுந்து சென்றுவிட்டான்.

ஒரு பெண் உடனே பாட்டாக பாடினாள்

“நொண்டியான் குடும்ப சிக்கல
நாட்டாமை தீர்த்து வைத்தார்
நாட்டமையை கும்புடுவோம்
நாம் எல்லாம் நல்லாருப்போம்”

மற்றவர்களோடு நானும் கைத்தட்டி வாழ்த்தினேன்.

நான் ஒரு பை நிறைய முப்பது ரொட்டி பாக்கெட்டுகள் இரண்டு படி வறுத்த நிலக்கடலை வாங்கிச் சென்றதை அவர்களிடம் தந்தேன்.

அவர்கள் பகிர்ந்து சாப்பிட்டனர். நிலக்கடலையை அப்படியே குமித்து வைத்து ஆளாளுக்கு சிறிது கையில் எடுத்துத் தின்றனர்.

அருகே ஒரு மரக்கிளையில் சிங்கவால் குரங்கு ஒன்று இவர்களையே பார்த்துக் கொண்டிருந்தது.

ஒருவன் ரொட்டியை வீசி எறிந்தான். குரங்கு ‘லபக்’ கென்று பிடித்துக் கொண்டது.

சிங்கவால் குரங்கு பருத்து இருக்கும், முகம் மனிதக் குழந்தை முகமாகவே இருக்கும்.

அதை வேட்டையாடினால் ஏழு ஆண்டு சிறை, இது சட்டம்.

ஒரு சமயம் நான் கேரள வனப்பகுதியில் ஆதிவாசியுடன் சென்று கொண்டிருந்தேன்.

‘பமூ’ ரென்று துப்பாக்கிச்சூடு சத்தம் கேட்டது.

மரத்திலிருந்த சிங்கவால் குரங்கு கீழே விழும்போது இடையிலுள்ள கிளையை பிடித்துத் தொங்கியது.

சுட்டவன் மரமேறி அதை எடுத்து வந்தான்.

அதன் முகத்தைப் பார்த்தேன்.

“நான் என்னப்பா செஞ்சேன் என்னைச் சுட்டுட்டயே” என்று சொல்வது போல இருந்தது குழந்தை முகம், பார்க்கப் பாவமாக இருந்தது.

அவன் நீண்ட வாலில் முக்கால்வாசிப் பகுதியில் கீறினான்.

அந்த துவாரத்தில் அதன் கழுத்தை நுழைத்தான்.

ஒரு பேக்கைத் தூக்குவது போலத் தூக்கிச் சென்றான்.

சூடு சத்தம் கேட்ட பாரஸ்ட் அதிகாரியின் விசில் சத்தம் கேட்ட அவன் துப்பாக்கியை ஒரு புதரில் வீசிவிட்டு ஓடினான். ஓடிவந்த பாரஸ்ட் ஆபீசர்

"யாரு சுட்டது எங்கே அவன்"

"சார் அந்த கடவு வழி ஓடுறான்" என்றேன் அதிகாரியும் அந்தப் பாதையில் வேகமாக நடந்தார்.

அந்த சம்பவம் இப்போது நினைவுக்கு வந்தது.

அப்போது நெட்டையன் என்பவன் ஒரு இளைஞனையும் ஒரு இளம்பெண்ணையும் அழைத்து வந்தான்.

அவர்களுக்கு ரொட்டியும் தண்ணிரும் கொடுத்தனர்.

அவர்கள் தின்று சிறிது நேரம் இளைப்பாறிவிட்டு எழுந்தனர்.

அவன் பேசினான்" நான் அடுத்த மலை ஏலத் தோட்டத்தில் வேல செய்தேன். இவள் அதற்கு அடுத்த எஸ்டேட்டில் வேலை செய்கிறாள். நாங்கள் இருவரும் விரும்பினோம்.

எங்கள பெத்தவங்க சம்மதிக்கவில்லை.

நாங்க ஓடிப்போாலாம் என முடிவு செஞ்சோம் இரவுல போகனும் பாதையில போனா அடுத்த தோட்ட வீடுக, அதனால இரவுல உச்சிமல ஏறி பாதையில்லாத வழியா கல்லும் முள்ளும் கரடும் முரடுமான இடத்து வழியே வந்தோம். ஏறி இறங்கி மலபாம்புக, யானக, எருமைக, எல்லாம் பாத்துப் பயந்து விலகி ரெண்டு மணி நேரத்துல இறங்க வேண்டியது. ஆறுமணி நேரம் ஆச்சி. வெளிச்சமும் இல்ல, பாதையும் கண்களுக்கு ஒன்றும் தெரியல. எப்படியோ வந்திட்டம் - பாதையில இவரப் பார்த்தோம். இங்க கூட்டியாந்திட்டார்" என்றான்.

நாட்டாமை நெட்டயனிடம் "ஒரு மஞ்சக்கொம்பும் கயிறும் எடுத்துவா நம்ம சாமி மெட்டுக்குப் போவோம்"

அவர்களை ஒரு இடத்திற்கு அழைத்துச் சென்றனர். மேடையில் ஒரு கல் தெய்வம் சுற்றிலும் பூச் செடிகள். அதில் பெண்கள் பூக்கள் பறித்துச் சரமாகக் கட்டி தெய்வத்திற்குச் சூட்டி மணமக்கள் இருவருக்கும் பூச்சரம் மாலையாக்கிச் சூட்டி, தாலியும் கட்டச் செய்து குலவையிட்டனர்.

நானும் நூறு ரூபாய் அவர்களிடம் தந்தேன்.

நாட்டாமை பேசினார். "உங்களுக்கு கண்ணாலம் ஆச்சி, இன்னக்கி ஒரு நா ஒரு குச்சிலை ஒதுக்கித்தாறோம். முதலிரவு

இங்க தான். நாளக்கி காலையில வடக்கு மல எஸ்டேட்டுக்கு நெட்டையன் கூட்டிப் போயி உங்களுக்கு அங்கேயே வேலபோட்டு தரச்சொல்றேன் நீங்க அங்கேயே இருந்து குடும்பம் நடத்தலாம்." நடந்ததை நினைத்தால் எனக்கும் மகிழ்ச்சியாக இருந்தது.

உடனே சில பெண்கள் பாடலானார்கள்

"பாதையில்லா மலைவழியே
பாம்பு யானை புலியிடையே
வேதனையா இருட்டு நேரத்திலே
காதலிச்சி ஓடியாந்திட்டாக
அவங்களுக்கு சாமி முன்னே
ஐயன் கண்ணாலம் பண்ணி வச்சார்
அவங்க நல்லா வாழனும்
ஐயனை கும்பிடுவோம்"

எல்லோரும் கைதட்டினோம். ஆரவாரம் செய்தனர். அவர்கள் கிழங்கெடுக்கச் சென்றனர்.

நான் நெட்டையனை அழைத்துக் கொண்டு "வாப்பா எங்காவது கூட்டிப்போ போயி வருவோம்" நாங்கள் நடந்து சென்றோம்.

சிறிது தூரத்தில் மற்றவர்கள் கிழங்கு எடுக்கப் பூமியைத் தோண்டிக்கொண்டிருந்தார்கள். ஒருவன் மரத்தில் ஏறி தேன் எடுத்துக்கொண்டிருந்தான்.

நெட்டையன் கூறினான்.

'சாமி நீங்க போவயில ஒரு பாட்டிலு தேன் எடுத்திட்டுப் போவணும்'

'சரிப்பா' என்றேன்.

ஓராள் பாடினான்.

"காட்டுப்பூக்கள் ஒன்னு சேந்து
கட்டழகி ஆனாளே
காட்டான்கள் பலபேரும்அவள
கட்டிக்கவே ஆசப்படுதோம்"
"அவயாரை விரும்புதாளோ
அவன் தானே ஆம்பள வீரன்
அவனாக நானிருக்க
ஆத்தா சாமி உதவ வேணும்"

பெண் பாடுவது கேட்டது.

"எனக்கு வார புருசன்

எழுமல தாண்டி வரனும்
எவனும் செய்யா வீரன்போல
எனக்கெதுக்கே செய்ய வேணும்"
அடுத்தவள்
"ஏண்டி பொண்ணே வீராயி
என்னக்கிம் நீ கன்னி தான்
எவனும் வர மாட்டான்
ஒங்கருத்தை மாத்திக்கோ"

பட்டினியாக இருந்தாலும் பாட்டும் கூத்துமாகக் கவலையேபடாத அவர்களை நினைத்து அதிசயமாய் மகிழ்சி அடைந்தேன்.

ஏதோ தடதடவென சத்தம் கேட்டது.
ஏல்லோரும் ஓடிச் சென்று பார்த்தார்கள்.
நானும் எழுந்து நடந்து சென்றேன்.

மலைப்பாதையில் சென்று கொண்டிருந்தேன். குட்டி யானை ஒன்று எப்படியோ கால் இடறி உருண்டு கீழே விழுந்துவிட்டது.

தாய் யானை ஏதும் செய்யத் தோன்றாமல் மெய் மறந்து நின்று கொண்டிருந்தது.

வந்தவர்கள் பலரும் யானைக்குட்டியை, கால்களை, தும்பிக்கையை, வயிற்றைப் பிடித்து மெல்லத் தூக்கி சமதளத்தில் வைத்தனர்.

பெண்கள் மண் பானையில் தண்ணீர் கொண்டுவந்து குட்டியானை மேல் ஊற்றினார்கள். மயக்கம் தெளிய அதன் உடம்பில் இரத்தக்காயங்கள் துடைத்து அத்தாலொட்டி பச்சிலைகள் பறித்து வந்து அதை அரைத்துக் காயங்களில் பூசித் துணியைக் கிழித்துக் கட்டினார்கள்.

நான் துண்டை எடுத்து அதன்மேல் காற்று படுமாறு வீசினேன். சிலர் தலையை உடலை நீவி விட்டார்கள். நானும் தும்பிக்கையை தடவி விட்டேன்.

தாய் யானை சிறிது தூரத்தில் வந்து நின்று பார்த்துக் கொண்டிருந்தது.

குட்டி யானை மெல்ல அசைந்தது, அவர்கள் சென்றனர் நானும் எழுந்து நடந்தேன். தூர நின்று பார்த்த தாய் யானை வந்து உடலை தும்பிக்கையால் தடவி விட்டது பின் மெல்லத் தூக்கியது.

தட்டுத்தடுமாறி எழுந்த குட்டி தாயுடன் சென்றது.

காற்று பயங்கரமாக வீசத் தொடங்கியது.

"சாமி பேய்க்காத்து வருது, வாங்க குச்சில் பக்கம் போயிரலாம்" நெட்டையன்கூற அவர்களுடன் நானும் விரைந்தேன். மரக்கிளைகள் உரசும் சத்தம் பயங்கரமாக இருந்தது. ஆங்காங்கு மரங்கள் விழும் சத்தமும் கேட்டுக்கொண்டிருந்தது.